Shadowing シャドーイング
もっと話せる日本語

Let's master conversational Japanese!
更流利地说日语!　　Để nói tiếng Nhật tốt hơn!

迫田久美子 [監修]・古本裕美 [編著]

近藤玲子・近藤妙子・リード真澄 [著]

中～上級編

B1-C1

Intermediate to Advanced Edition
中～上級編
Từ trung cấp đến cao cấp

英語・中国語・ベトナム語 翻訳付き
[English, Chinese, Vietnamese translations]

くろしお出版

はじめに

「先生、ぼくは日本語能力試験（JLPT）の N1 に合格して、日本に留学しました。でも、日本に来て、日本語で上手に話すことができません。」「日本に留学したのに、日本語が下手になっている気がします。」これは、来日した留学生からよく聞く話ではありませんか。

JLPT で N1 に合格すれば、日本人と日本語が話せるレベルが保証されたと思ったり、日本で勉強すれば、自然と日本語が上手になるだろうと思ったりする学生が大勢います。しかし、そうとは限らないのです。「わかる」と「できる」は別々の技能なので、わかっていても必ずしも使えるとは限りません。自動車の運転でも仕組みや方法がわかっていても練習しなければ、上手に運転できないのと同様です。しかし、それは言い換えれば「練習すれば上手になる」ということに繋がります。学んだ日本語を使って練習し、実際に話す機会が増えたら、上手になるのです！

本書の目的は、三つあります。一つ目は、「わかる」を「できる」に繋げること、言い換えれば蓄えた知識を運用に結びつけることです。二つ目は、日常でよく出合う頻度の高い表現を使って複数の段落（まとまりのある文章）を話せるようになることです。三つ目は、相手との関係によって、表現を変える「スタイルシフト」を学ぶことです。特に、コミュニケーションでは正確な日本語だけでなく、場面に応じた適切な日本語が求められます。

本書の特徴として、Section 1 では、「感謝する」「会話に割り込む」「説明を求める」などの学校、ビジネス、実生活における会話場面を想定し、日本人とのコミュニケーションに必要な会話の技術、相手への配慮表現の運用力を養う工夫が施されています。Section 2 では、ラーメンや幕の内弁当の起源、猫カフェや声優などの幅広い話題を取り入れ、楽しく学べる内容になっています。

会話場面を明確にしている本書の工夫は、状況がわかり易く想定できることに繋がります。言語の形式は、場面と共に記憶することで学習が深くなります。形式だけでは、どんな時に使うのか不明で、知識としては蓄えられても運用にはなかなか届きません。日本語で何ができるかという運用の観点は、「日本語教育の参照枠」にも通じる本書の特徴の１つと言えます。

私達は、「話せるようになりたい」という学習者の願いの種を植え、芽から蕾へと成長することを願って、何度も校正を重ね、話し合いを経て出版に辿り着きました。その成長を共に支えてくださったくろしお出版の市川麻里子氏に執筆者一同、深く感謝いたします。

2024 年 6 月　監修・著者一同

3

CONTENTS

これ知ってる？

〇〇〇〇〇〇〇〇〇〇〇〇〇〇〇〇〇〇〇〇〇〇〇

これ知ってる？

本書の使い方

　「シャドーイング」は、聞こえてくる音声をすぐに声に出して繰り返す練習方法です。同時通訳の基礎的な訓練に使われてきましたが、最近は一般的な外国語学習にも取り入れられています。シャドーイングを繰り返すと、以下のような効果が期待できます。**大切なポイントは『繰り返し』です。10分程度のシャドーイングをできるだけ毎日続けてください。**

シャドーイングの効果

　①習って「わかる」ことを、実際の会話で使うことが「できる」ようになる。
　②自然なスピードで話された日本語が聞き取れるようになる。
　③正しい発音やプロソディが身につく。

特　徴

①日常でよく出合う表現が「できる」ようになる

　日常生活でよく見たり聞いたりする表現を繰り返してシャドーイングすることで、その表現を含む文や文章がスラスラと話せるようになります。

②まとまりのある話が「できる」ようになる

　モノローグ（独話・一人語り）や少し長めの**ダイアローグ（対話）**をシャドーイングすることで、**短い文から長い文で話せるようになり**、さらには段落の長さでも話せるようになります。

③スタイルシフトが学べる

　ダイアローグには、**先生や上司と話す「フォーマル（です・ます）」**会話と、友人や同僚と話す**「カジュアル」**会話があります。これらの会話を通して、同じ内容でありながら相手や場面にふさわしい話し方を自然に学ぶことができます。

スクリプトの難易度　　トピック

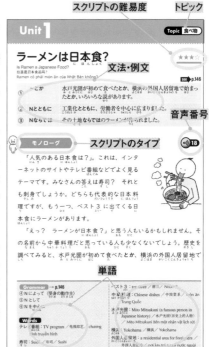

文法・例文

音声番号

スクリプトのタイプ

単語

スタイルシフト

	フォーマル（です・ます）会話 ［先生や上司と話すとき］	カジュアル会話 ［友人や同僚、家族と話すとき］
文末	いろいろな駅弁がありますよ。 いっしょに行きませんか？ 観光情報を探していたんです。	いろいろな駅弁があるよ。 いっしょに行かない？ 観光情報を探していたの。
縮約形	どんな桜か知っていますか？ このまま就職してしまっていいのかな。	どんな桜か知ってるの？ このまま就職しちゃっていいのかな。
助詞	猫を3匹も飼っているんですか？ お芝居が好きなんですか？ 一度行ってみたいと思っていたんです。	猫φ、3匹も飼ってるの？ お芝居φ、好きなの？ 一度行ってみたいって思ってたんだ。 φ＝省略を表す

4 さまざまなトピックで学べる

各ユニットでは、日本文化に関するさまざまなトピックが取り上げられています。その
ため、シャドーイングをしながら日本について新しい発見をすることができます。

5 自己評価ができる→p.8をご参照ください。

本書の対象者と構成

本書で対象とする日本語学習者のレベルは、**中級～上級（N3-N1）、「日本語教育の参
照枠」のB1～C1レベル相当**です。一方、スクリプトの表現（文型・文法）の難易度は
中級～上級前半（N3-N2）です。**読んでわかるレベルの日本語を自然な速度で聞き、そ
れをすぐに声に出してシャドーイングすることで、習って知っていることを「できる」**よ
うにします。

セクション	ユニット	スクリプトの難易度	内容	対象レベル
Section I	Short Conversation	★★★★☆ 中級（N3）	**短めのダイアローグ** （日常会話など）	中～上級 B1～C1
Section II	Unit 1-12	★★★★★ 中級～上級前半 （N3-N2）	**モノローグ・ ダイアローグ** →2つのスピーチスタイル （フォーマル／カジュアル）	

シャドーイングの進め方

ユニットはどこから始めてもいいです。また、ユニットの中の一部だけ練習してもいい
です。みなさんのレベルに合っていて、やってみたいものを選んでください。大事なこと
は、**①毎日練習すること、②内容を理解したうえでシャドーイングすること**です。練習時
間は、**1日10分程度**を目安にしてください。意味がわからないものを音真似しても、その
表現が使えるようにはなりません。必ず**「Step 2 意味の確認」**をしてから、シャドーイン
グしてください。

Step 1	リスニング	スクリプト(テキストにあるモノローグやダイアローグの原稿)を見ないで音声を聞きます。そして、内容をおおまかに理解します。
Step 2	意味の確認	スクリプト、Grammar、Words を見て、意味を確認します。
Step 3	シンクロ・リーディング	スクリプトを見ながら、聞こえてくる音声に合わせて同じスピードで音読をします。
Step 4	サイレント・シャドーイング	スクリプトは見ません。口もとだけを動かして声に出さないシャドーイングをします。
Step 5	マンブリング	スクリプトは見ません。聞こえてくる音声を小さい声でつぶやいてシャドーイングします。
Step 6	コンテンツ・シャドーイング	スクリプトは見ません。聞こえてくる音声の意味に注意して、内容を理解しながらシャドーイングします。
	プロソディ・シャドーイング	スクリプトは見ません。聞こえてくる音声の発音とプロソディ(アクセントやイントネーションなど)に注意して、シャドーイングします。

難しいと感じたときは…

☐少し簡単なレベルを選んでください。

☐シャドーイングをいったんやめて、何度もリスニングしてください。

☐大きい声ではなく、小さい声でシャドーイングしてみてください。

☐短い文ごとに一時停止をしながら、シャドーイングしてもいいです。

☐速度調整ができるアプリなどを使って、少し遅いスピードでシャドーイングしてみてください。

自己評価のやり方

　まず、自分のシャドーイングの声をスマートフォンやボイスレコーダーに録音します。そして、①**正確に言葉や文が言えたか**、②**正確に発音できたか**、③**飛ばさずに、スムーズに言えたか**を確認しましょう。また、スクリプトを見ながら録音を聞いて、上手に言えなかった部分に○をつけたり、線を引いたりしてみましょう。チェックするたびにペンの色を変えれば、上達度を感じることができます。

Unit1

🔊18 「人気のある日本食は？」。これは、インターネットのサイトやテレビ番組などでよく見るテーマです。みなさんの答えは寿司？　それとも刺身でしょうか。どちらも代表的な日本料理ですが、もう一つ、ベスト3に出てくる日本食に

					合計
❶ 正確に言葉や文が言えた	1	2	3	4	
❷ 正確に発音できた	1	2	3	4	
❸ 飛ばさずに、スムーズに言えた	1	2	3	4	／12点

1…できなかった
2…あまりできなかった
3…だいたいできた
4…よくできた

合計点	評　価
5点以下	少し難しかったようですね。まず、リピーティングやシンクロ・リーディングをしてみましょう。スムーズにシンクロ・リーディングができるようになったら、もう一度シャドーイングしてみてください。
6～9点	もう少しです。サイレント・シャドーイングやマンブリングをしてみてください。それらがスムーズにできるようになったら、もう一度シャドーイングしてみてください。うまく言えなかった部分だけ繰り返して練習するのもいいでしょう。
10点以上	よくできました。ほかの音声（ユニット）にチャレンジしましょう。

凡　例

記号	意味	例
N	名詞	学生、温泉
イA	イ形容詞	寒い、かわいい
ナA	ナ形容詞	好きな、上手な
V * **V-る**	動詞 *動詞の辞書形	読む、行く、食べる
S	文	

翻訳について

　セクションⅠの会話には、英語、中国語、ベトナム語の全翻訳がついています。セクションⅡは、Words（単語）、巻末の「表現・文法リスト」に、それぞれ3か国語訳がついています。

ウェブサイトについて

　本書のウェブサイトでは、以下のものがご利用できます。

①音声ファイル…本文にある音声マークの数字 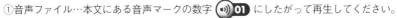 にしたがって再生してください。
②自己評価シート
③教師用評価シート

https://www.9640.jp/shadowing-motto2/
➡Password: hanasu80i

How to use this book

"Shadowing" is a language practice method whereby you repeat an audio aloud just after you hear it. It was used for basic training in simultaneous interpreting; however recently it is incorporated into general foreign language learning. If you repeat shadowing, you can expect the following effects. It is important to practice repeatedly. Please try repeating a ten-minute practice every day.

Shadowing effect

① You "CAN USE" what you "UNDERSTAND" by learning, in the actual conversation.

② You can begin to understand Japanese spoken at a natural speed.

③ You can learn correct pronunciation, prosody, etc.

Features

① You "CAN" express what you often encounter in your daily life.

By repeating the expressions you often see and hear in your daily life, shadowing helps you smoothly make these expressions while speaking.

② You "CAN" have a coherent conversation.

By shadowing monologue and a little longer dialogue, you will be able to improve speaking short to long sentences, then a paragraph length.

③ You can learn style shift.

For a dialogue, there are "Formal (desu, masu)" conversations talking with a teacher, boss, etc., and "Casual" conversations talking with a friend, colleague, etc. You will learn, in a natural way, to speak appropriately, depending on the situation or the person you are speaking with.

script difficulty   topic

grammar, sentence pattern

audio number

type of the script

word

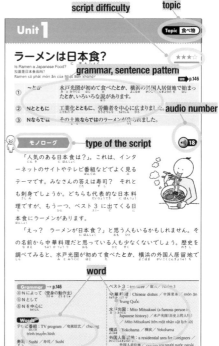

style shift

	formal conversation (using desu, masu) [when talking to a teacher, boss, etc.]	casual conversation [when talking to a friend, colleagues, family members, etc.]
end of the sentence	いろいろな駅弁がありますよ。 いっしょに行きませんか？ 観光情報を探していたんです。	いろいろな駅弁があるよ。 いっしょに行かない？ 観光情報を探していたの。
contracted form	どんな桜か知っていますか？ このまま就職してしまっていいのかな。	どんな桜か知ってるの？ このまま就職しちゃっていいのかな。
particle	猫を 3 匹も飼っているんですか？ お芝居が好きなんですか？ 一度行ってみたいと思っていたんです。	猫φ、3 匹も飼ってるの？ お芝居φ、好きなの？ 一度行ってみたいって思ってたんだ。

φ＝ expresses abbreviation

④ You can learn about various topics.

Various topics related to Japanese culture are featured in each unit. Thus, you will be able to discover new information about Japan by practicing shadowing.

⑤ You can make a self-assessment. → Please refer to page 12.

Target readers and structure of this book

The levels of Japanese language learners targeted in this book are **intermediate through advanced (N3-N1), equivalent to B1 through C1 levels of the Reference Framework for Japanese Language Education.** On the other hand, the expressions in the script (sentence patterns and grammar) are Intermediate to first half of advanced level (N3-N2). **You "can do" what you learned and know by shadowing loud immediately after listening to Japanese at a level you can read and understand, at a natural speed.**

Secition	Unit	Level of Difficulty		Contents	Target
Section I	Short Conversation	★★★★☆	Intermediate Level (N3)	**Short Dialogue** (Daily Conversation, etc.)	Intermediate ~Advanced Level B1~C1
Section II	Unit 1-12	★★★★★	Intermediate~ First Half of Advanced Level (N3-N2)	**Monologue, Dialogue** two speech styles → formal/casual	

How to proceed with shadowing

You may begin with any unit. You may also practice just a part within the unit. Please choose what is appropriate to your level and what you are interested in practicing. The important thing is ① to practice daily, and ② to begin shadowing after you understand the content. The guideline for practice time is about ten minutes per day. If you imitate without knowing the meaning, you will not be able to use the expression. Be sure to confirm the meaning explained in "Step 2", then practice shadowing.

Step 1	Listening	Listen to the audio without looking at the script (the text of the monologue or dialogue). Then generally understand the content.
Step 2	Confirm the meaning	Confirm the meaning by looking at the script, expressions, and Words.
Step 3	Synchronized Reading	By looking at the script, read it aloud while matching the pace of the audio.
Step 4	Scilent shadowing	You do not look at the script. Practice shadowing only by moving your mouth, without your voice.
Step 5	Mumbling	You do not look at the script. Practice shadowing by mumbling in a low voice, following the audio that you can hear.
Step 6	Content shadowing	You do not look at the script. By paying attention to the meaning of the audio, practice shadowing while understanding the content.
	Prosody shadowing	You do not look at the script. Practice shadowing, paying attention to the pronunciation and prosody (accent, intonation, etc.) of the audio that you listen to.

When you think it is difficult ···

☐ Please choose the level that is a little easier.

☐ Please stop shadowing, and listen to the audio more times.

☐ Please practice shadowing with a low voice, not a loud voice.

☐ You may practice shadowing by pausing after every short sentence.

☐ Please practice shadowing a little more slowly by using an app that can control the audio speed.

How to do the self assessment

First, record your shadowing voice using a smartphone, voice recorder, etc. Then confirm if you were able to ① correctly say the words, sentences, etc., ② pronounce correctly, and ③ repeat smoothly without skipping any parts. Also, look at the script while listening to the recording, and mark or underline the parts you could not say well. By changing the color of a pen every time you check your recording, you can feel the progress.

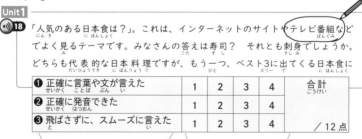

Unit1

🔊18 「人気のある日本食は？」。これは、インターネットのサイトやテレビ番組などでよく見るテーマです。みなさんの答えは寿司？　それとも刺身でしょうか。どちらも代表的な日本料理ですが、もう一つ、ベスト3に出てくる日本食に

❶ 正確に言葉や文が言えた	1	2	3	4	合計
❷ 正確に発音できた	1	2	3	4	
❸ 飛ばさずに、スムーズに言えた	1	2	3	4	／ 12 点

❶ I could say the words and sentences correctly.

❷ I could pronounce correctly.

❸ I could repeat smoothly without skipping any parts.

1... I could not.
2... I could not do very well.
3... I could do well mostly.
4... I could do well.

Total points	Evaluation
Less than 5 points	It may be a little difficult. First of all, please try repeating, synchronized reading, etc. Once you can smoothly do synchronized reading, please try shadowing again.
6-9 points	You can improve a little bit more. Please try silent shadowing, mumbling, etc. Once you can smoothly do them, please try shadowing again. It is OK to practice by repeating just the part you could not say well.
More than 10 points	Well done. Let's challenge another audio (unit).

Introductory remarks

symbol	meaning	example
N	noun	学生、温泉
イ A	i-adjective	寒い、かわいい
ナ A	na-adjective	好きな、上手な
V *V-る	verb *dictionary form of a verb	読む、行く、食べる
S	sentence	

About the translation

All of the conversation in Section 1 is translated into English, Chinese, and Vietnamese. In Section 2, translation of three languages are attached to the Words (vocabulary), "Expression (grammar) list" at the end of the book.

About the website

Within this book's website", you may use the following items:

① Audio files … Please playback based on the number of audio marks that are in the text.
② Self assessment sheet
③ Assessment sheet for a teacher

https://www.9640.jp/shadowing-motto2/
➡Password: hanasu80i

本书的使用方法

"影子跟读"，是一种跟随录音即刻发出声音后反复跟读的练习方法。曾被作为一种同声传译的基础训练方式，最近也逐渐被用于外语学习。反复地影子跟读后，可以达到以下的效果。**重点在于"反复"。**每天请尽可能地保持 **10 分钟左右**的影子跟读时间。

影子跟读的效果

①在实际的对话中，把已学并"理解"了的内容变成"会"运用的能力。
②能听懂在正常语速下说出的日语。
③掌握正确的发音及其韵律。

特　点

①能掌握日常常见的表达方式。

通过反复地影子跟读日常生活中经常能见到听到的表达方式，能够掌握并流利地说出包含这些基本表达方式的句子及文章。

②能进行有条理的对话。

通过影子跟读**独白**与较长的**对话，从短句子过渡到长句子**，甚至是一个段落的长度也**能够流畅地说出来。**

③能学习不同角色下不同的说话方式。

对话的部分中，有"**与老师或上司的较正式的对话**"和"**与朋友或同事的日常对话**"两部分。通过这些对话可以自然地学习到，在相同内容下根据谈话的对方与场合来恰当使用对应的说话方式。

文章难易度　　　话题

录音编号

文章的类型

单词

风格提示

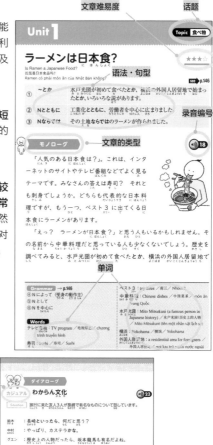

	正式的对话（です・ます） ［与老师或上司说话时］	日常的对话 ［与朋友，同事或家人说话时］
句末	いろいろな駅弁がありますよ。 <ruby>駅弁<rt>えきべん</rt></ruby> いっしょに<ruby>行<rt>い</rt></ruby>きませんか？ <ruby>観光情報<rt>かんこうじょうほう</rt></ruby>を<ruby>探<rt>さが</rt></ruby>していたんです。	いろいろな駅弁があるよ。 <ruby>駅弁<rt>えきべん</rt></ruby> いっしょに<ruby>行<rt>い</rt></ruby>かない？ <ruby>観光情報<rt>かんこうじょうほう</rt></ruby>を<ruby>探<rt>さが</rt></ruby>していたの。
缩写	どんな<ruby>桜<rt>さくら</rt></ruby>か<ruby>知<rt>し</rt></ruby>っていますか？ このまま<ruby>就職<rt>しゅうしょく</rt></ruby>してしまっていいのかな。	どんな<ruby>桜<rt>さくら</rt></ruby>か<ruby>知<rt>し</rt></ruby>ってるの？ このまま<ruby>就職<rt>しゅうしょく</rt></ruby>しちゃっていいのかな。
助词	<ruby>猫<rt>ねこ</rt></ruby>を<ruby>3匹<rt>さんびき</rt></ruby>も<ruby>飼<rt>か</rt></ruby>っているんですか？ お<ruby>芝居<rt>しばい</rt></ruby>が<ruby>好<rt>す</rt></ruby>きなんですか？ <ruby>一度<rt>いちど</rt></ruby><ruby>行<rt>い</rt></ruby>ってみたいと<ruby>思<rt>おも</rt></ruby>っていたんです。	<ruby>猫<rt>ねこ</rt></ruby>φ、<ruby>3匹<rt>さんびき</rt></ruby>も<ruby>飼<rt>か</rt></ruby>ってるの？ お<ruby>芝居<rt>しばい</rt></ruby>φ、<ruby>好<rt>す</rt></ruby>きなの？ <ruby>一度<rt>いちど</rt></ruby><ruby>行<rt>い</rt></ruby>ってみたいって<ruby>思<rt>おも</rt></ruby>ってたんだ。

φ = expresses abbreviation

4 能在多样的话题中学习。

在各个单元中，展示了与日本文化相关的多种多样的话题。因此，在进行影子跟读的同时，还可以在对日本进行新的探索与发现。

5 能自我评价→请参考 p.16

本书的结构以及适用对象

本书面向的是**中级～上级**（N3-N1），以及**"日语教育等级参考标准"中 B1 ～ C1 等级**的日语学习者。此外，本书中表达方式（句型和语法）的难度在中级到上级前半的水平（N3-N2）。**用自然的语速听你能读懂的日语**，并且发出声音进行影子跟读后，就能将**学习了的知识转为自己的运用能力**。

章节	单元	文章的难易度	内容	相应等级
Section Ⅰ	Short Conversation	★★★★☆ 中级（N3）	较短的对话 （日常对话等）	中级～上级 B1 ～ C1
Section Ⅱ	Unit 1-12	★★★★★ 中级～上级前半 （N3-N2）	独白・对话 （2 种说话方式 （正式 / 日常））	

影子跟读的练习方法

从哪一单元开始都可以。只练习一个单元中的其中一个部分也可以。根据自己的日语水平来试着选择一下。①**每天练习**，②**在理解了内容的基础上进行影子跟读**，这两点很重要。**练习时间的话，1 天 10 分钟左右**。光是模仿声音而不理解意思，也终究不会使用这个表达。所以，**请务必在"step2 确认意思"后，再进行影子跟读**。

Step 1	听力	不看脚本（课本内的独白及对话的原稿）听录音。然后大致理解一下内容。
Step 2	确认意思	看脚本，表达，单词，确认其意思。
Step 3	同倍速听读法	看着脚本，跟着听到的录音同倍速发声朗读。
Step 4	影子默读法	不看脚本。只挪动嘴形，不发出声音地影子跟读。
Step 5	轻声跟读法	不看脚本。小声地影子跟读听见的录音。
Step 6	重视语义的影子跟读	不看脚本。注意力集中在听到的录音上，边理解边进行影子跟读。
	重视发音的影子跟读	不看脚本。注意力集中在听到的录音上与韵律（发音与语调）上，进行影子跟读。

感觉到难的时候…

☐ 选择稍微简单一点的级别。

☐ 先不进行影子跟读，多听几遍录音。

☐ 尽量用音量较小的声音进行影子跟读。

☐ 把长句子分成短句子，听一句停一下进行影子跟读。

☐ 用一些能够调整播放速度的应用程序，试着用较慢的速度进行影子跟读。

自我评价的方法

　　首先，用手机或者录音笔将自己影子跟读的声音录下来。其次，确认以下 3 点，①是否**正确说出了词汇和句子**，②**是否正确发音了**，③**是否紧跟节奏，并能流利地说出**。此外，边看脚本边听录音，试着用○标记或是划线标记出没能够说好的部分。每确认一次时用不同颜色的笔来标记的话，还能感受到自己的提升。

Unit 1

🔊 18 「人気のある日本食は？」。これは、インターネットのサイトやテレビ番組など でよく見るテーマです。みなさんの答えは寿司？　それとも刺身でしょうか。 どちらも代表的な日本料理ですが、もう一つ、ベスト3に出てくる日本食に

					合計
❶ 正確に言葉や文が言えた	1	2	3	4	
❷ 正確に発音できた	1	2	3	4	
❸ 飛ばさずに、スムーズに言えた	1	2	3	4	／12点

❶ 能正确说出词汇与句子。
❷ 能正确发音。
❸ 能紧跟节奏，并流利地说出。

1…没做到
2…基本没做到
3…基本做到了
4…做的非常好

总分	评价
5分以下	好像稍微有点难呢。首先，试着重复跟读法或者同倍速跟读法。能流利地进行同倍速跟读后，再试一次影子跟读法。
6～9分	还差一点！试试影子默读法或者轻声跟读法。能流利地跟上的话，再试一次影子跟读法。也可以反复练习没有跟上的部分。
10分以上	完成地非常好。再来挑战一下其他的录音（单元）吧。

示　例

符号	意思	例
N	名词	学生、温泉 がくせい　おんせん
イ A	イ形容词	寒い、かわいい さむ
ナ A	ナ形容词	好きな、上手な す　　じょうず
V * **V- る**	动词 *动词的原形	読む、行く、食べる よ　　い　　た
S	句子	

关于翻译

在第 1 章节的对话中，所有的句子都附上了英文，中文以及越南语的译文。在第 2 章节中，单词以及本书最后的"表达·语法表"的部分里，都带有上述 3 个国家的翻译。

关于网站

在本书的网站中，以下内容可供使用。

①音频…请根据本文中的音频标识来播放。
②自我评价表
③教师评价表

https://www.9640.jp/shadowing-motto2/

➡Password: **hanasu80i**

Cách sử dụng giáo trình này

"Shadowing" (nói theo) là phương pháp luyện tập lặp đi lặp lại thành tiếng ngay lập tức sau khi nghe âm thanh. Đây là phương pháp luyện tập cơ bản sử dụng trong kỹ thuật phiên dịch đồng thời, nhưng gần đây được sử dụng phổ biến trong việc học ngoại ngữ. Nếu chúng ta kiên trì lặp đi lặp lại shadowing, chúng ta sẽ có được những kết quả mong đợi như dưới đây. **Điểm quan trọng là việc "lặp đi lặp lại". Các bạn hãy cố gắng luyện tập shadowing khoảng 10 phút mỗi ngày nhé.**

Những hiệu quả của Shadowing

① "Ứng dụng được" trong hội thoại thực tế những cái chúng ta đã học và "hiểu".
② Nghe hiểu được tiếng Nhật nói ở tốc độ tự nhiên.
③ Trang bị cho bản thân kỹ năng phát âm và ngữ điệu chuẩn.

Đặc trưng

① "Vận dụng được" những cách nói gặp thường ngày.

Bằng cách luyện tập shadowing lặp đi lặp lại những cách nói chúng ta thường xem hay nghe thấy mỗi ngày, chúng ta sẽ tự nhiên nói được một cách lưu loát những câu, đoạn văn có chứa những mẫu câu đó.

② Có thể giao tiếp được một cách rõ ràng có chủ đề

Bằng việc shadowing những **bài tự thoại (độc thoại, một người nói)** và những **bài hội thoại dài (đối thoại)**, chúng ta sẽ có thể nói được một cách đa dạng từ **những câu văn ngắn đến những câu dài**, đi xa hơn nữa là những đoạn dài hơn.

③ Có thể học đa dạng nhiều thể loại

Trong các bài **hội thoại** có những giao tiếp giữa bản thân với giáo viên hay cấp trên dùng **"thể lịch sự (desu/masu)"**, cũng có những **hội thoại** với bạn bè hoặc đồng nghiệp sử dụng **"thể thông thường"**. Thông qua những bài hội thoại này, chúng ta có thể học được những cách nói phù hợp với đối tượng và hoàn cảnh.

Độ khó dễ lời thoại (script)   Chủ đề

Unit **1**   Topic 食べ物

ラーメンは日本食?
Is Ramen a Japanese Food?
拉面是日本食品吗?
Ramen có phải món ăn của Nhật Bản không?

★★★☆

Ngữ pháp・Mẫu câu

▶ p.146

① ～とか　　水戸光圀が初めて食べたとか、横浜の外国人居留地で始まったとか、いろいろな説があります。
② Nとともに　工業化とともに、労働者を中心に広まりました。
③ Nならでは　その土地ならではのラーメンが作られました。

thứ tự file âm thanh

モノローグ　loại lời thoại (script) 🔊 18

「人気のある日本食は?」。これは、インターネットのサイトやテレビ番組などでよく見るテーマです。みなさんの答えは寿司? それとも刺身でしょうか。どちらも代表的な日本料理ですが、もう一つ、ベスト3に出てくる日本食にラーメンがあります。
「えっ? ラーメンが日本食?」と思う人もいるかもしれません。その名前から中華料理だと思っている人も少なくないでしょう。歴史を調べてみると、水戸光圀が初めて食べたとか、横浜の外国人居留地で

từ vựng

Grammar ▶ p.146
④Nとして（尊敬の動作で…）
⑤Nとして
⑥Nを中心に…

Words
テレビ番組 / TV program / 电视综艺 / chương trình truyền hình
寿司 / Sushi / 寿司 / Sushi

ベスト3 / top three / 前三名 / nhóm 3
中華料理 / Chinese dishes / 中国菜系 / món ăn trung Quốc
水戸光圀 : Mito Mitsukuri (a famous person in Japanese history) / 水戸光圀(历史上的人物) / Mito Mitsukuri nên một nhân vật lịch sử
横浜 / Yokohama / 横滨 / Yokohama
外国人居留地 : a residential area for foreigners / 外国人居留地 / nơi lưu trú ngoài của nước ngoài

đa dạng nhiều thể loại

ダイアローグ
フォーマル　**わからん文化** 🔊 22
Situation　観光ガイドがツアー客に長崎について説明しています。

観光ガイド　：長崎といったら、何をイメージされますか?
渡辺　：やっぱり、カステラですかね。
キム　：歴史上の人物だったら、坂本龍馬も有名ですよね。

ダイアローグ
カジュアル　**わからん文化** 🔊 23
Situation　旅行に来た友人3人が長崎で有名なものについて話しています。

拓　：長崎といったら、何だと思う?
中山　：やっぱり、カステラかな。
グエン　：歴史上の人物だったら、坂本龍馬も有名だよね。

	Hội thoại thể lịch sự (desu/masu) "khi nói với giáo viên hay cấp trên"	Hội thoại thông thường "khi nói với bạn bè, đồng nghiệp, gia đình"
Cuối câu	温泉がたくさんありますよ。 いっしょに食べに行きませんか？ 歯医者に行ったんです。	温泉がたくさんあるよ。 いっしょに食べに行かない？ 歯医者に行ったの。
Thể rút ngọn	秋葉原に行こうと思っているんです。 考えなければなりません。	秋葉原に行こうと思ってるの。 考えなきゃね。
Hạt	花火を見ますか？ 佐藤さんはアイスが好きでしょう？ ピカチュウの声は、同じなんだそうですよ。	花火φ、見る？ 桜ちゃんはアイスφ好きでしょう？ ピカチュウの声って、同じなんだって。
		φ = thể hiện ý tỉnh lược

4 Được học về nhiều chủ đề

Từng bài nói về những chủ đề liên quan đến văn hóa Nhật Bản. Vì vậy, chúng ta có thể vừa luyện tập shadowing vừa phát hiện được những cái mới mẻ về Nhật Bản.

5 Có thể tự đánh giá bản thân → tham khảo trang 20

Đối tượng và cấu trúc của giáo trình này

Trình độ học viên tiếng Nhật thuộc đối tượng của giáo trình này là từ **trung cấp đến cao cấp (N3-N1)**, trình độ tương đương B1~C1 trong "khung tham khảo tiếng Nhật". Mặt khác, mức độ khó dễ của những cách nói trong lời thoại (mẫu câu và ngữ pháp) là trình độ sơ cấp (N5-N4). **Nghe** và luyện shadowing (nói theo ngay) **những câu tiếng Nhật ở trình độ chúng ta đọc hiểu được**, tốc độ tự nhiên thì một lúc nào đó chúng ta sẽ "nói được" những cái đã học hay đã biết.

Section	Bài	Độ khó dễ lời thoại (script)	Nội dung	Trình độ yêu cầu
Section I	Short Conversation	★★★★☆ Trung cấp (N3)	Những đoạn hội thoại ngắn (chào hỏi và hội thoại thường ngày...)	Trung ~ Cao cấp B1~C1
Section II	Unit 1-12	★★★★★ Trung cấp ~ Tiền cao cấp (N3-N2)	Tự thoại, hội thoại (2 kiểu văn phong (lịch sự/ thông thường)	

Cách thức tiến hành Shadowing

Chúng ta có thể bắt đầu bất cứ chỗ nào trong bài. Chúng ta cũng có thể chỉ luyện tập một phần trong bài. Các bạn hãy lựa chọn những cái phù hợp với trình độ hoặc những cái các bạn muốn luyện tập. Điều quan trọng là, ①**luyện tập mỗi ngày**, ②**hiểu nội dung rồi mới shadowing**. Thời gian luyện tập, 1 ngày luyện tập chừng 10 phút. Những cái các bạn chưa hiểu, dù chúng ta có bắt chước theo âm thanh đi chăng nữa, cũng không thể sử dụng được cách nói đó. Nhất định **phải "hiểu ý nghĩa"** rồi mới luyện shadowing.

Step 1	Nghe	Chỉ lắng nghe mà không xem phần lời thoại (phần tự thoại hoặc hội thoại in trong giáo trình). Hơn nữa, chúng ta cần hiểu đại khái nội dung.
Step 2	Kiểm tra ý nghĩa	Xem và kiểm tra ý nghĩa của từ, mẫu câu, lời thoại.
Step 3	Đọc đồng bộ	Vừa xem lời thoại, vừa đọc theo cùng tốc độ với âm thanh nghe được.
Step 4	Shadowing thầm	Shadowing không xem phần lời thoại, chỉ cử động phần miệng, không phát ra âm thanh.
Step 5	Nhẩm trong miệng	Shadowing không xem phần lời thoại, nhẩm theo những âm thanh nghe được.
Step 6	Shadowing nội dung	Shadowing không xem phần lời thoại, hiểu nội dung và chú ý phần ý nghĩa những âm thanh nghe được.
	Shadowing ngữ điệu	Shadowing không xem phần lời thoại, chú ý phần phát âm và ngữ điệu (dấu nhấn và nhịp ngưng nghỉ)

Khi cảm thấy khó khăn thì...

☐ Chọn mức độ dễ hơn.
☐ Tạm thời dừng shadowing, nghe đi nghe lại nhiều lần.
☐ Hãy thử shadowing thầm trong miệng, không cần lớn tiếng.
☐ Có thể shadowing và dừng lại từng đoạn ngắn một.
☐ Dùng những ứng dụng để điều chỉnh tốc độ, thử shadowing ở một tốc độ chậm hơn.

Cách tự đánh giá bản thân

Đầu tiên hãy tự thu âm giọng shadowing của mình vào điện thoại hay máy thu âm. Sau đó kiểm tra xem, ① mình đã nói được chính xác câu, chữ chưa? ② mình đã phát âm chính xác chưa, ③ đã nói được lưu loát mà không nhảy chữ chưa? Sau đó, vừa nghe lại phần thu âm vừa xem phần lời thoại, đánh dấu ○ hoặc gạch chân những phần mà bản thân thấy chưa nói được tốt. Mỗi lần kiểm tra, dùng bút màu khác để đánh dấu, chúng ta sẽ thấy được mức độ tiến bộ của bản thân.

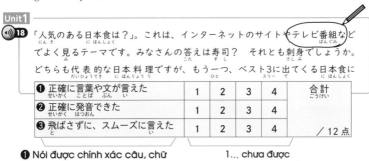

Unit 1
🔊 18 「人気のある日本食は？」。これは、インターネットのサイトやテレビ番組など
でよく見るテーマです。みなさんの答えは寿司？　それとも刺身でしょうか。
どちらも代表的な日本料理ですが、もう一つ、ベスト3に出てくる日本食に

	1	2	3	4	合計
❶ 正確に言葉や文が言えた	1	2	3	4	
❷ 正確に発音できた	1	2	3	4	
❸ 飛ばさずに、スムーズに言えた	1	2	3	4	／12点

❶ Nói được chính xác câu, chữ
❷ Phát âm được chính xác
❸ Nói được lưu loát mà không nhảy chữ

1... chưa được
2... chưa được lắm
3... khá tốt
4... rất tốt

Tổng số điểm	Đánh giá
Dưới 5 điểm	Có vẻ vẫn còn khá khó. Đầu tiên, hãy thử luyện tập lặp lại và đọc đồng bộ. Sau khi cảm thấy đọc đồng bộ trở nên dễ dàng hơn thì hãy thử luyện tập shadowing lại lần nữa.
Từ 6 đến 9 điểm	Cố gắng thêm một chút nữa. Hãy thử shadowing trong đầu và nhẩm trong miệng. Sau khi đã thực hiện một cách thông thạo hơn, hãy tự luyện tập shadowing một lần nữa. Ở những phần chưa nói thành thạo được, hãy luyện tập đi luyện tập lại nhiều lần.
Trên 10 điểm	Các bạn làm rất tốt. Hãy thử thách mình ở một bài nghe (bài học) khác.

Chú giải

Ký hiệu	Ý nghĩa	Ví dụ
N	danh từ	学生、温泉 がくせい おんせん
イ A	tính từ -i	寒い、かわいい さむ
ナ A	tính từ na	好きな、上手な す じょうず
V *V- る	động từ * thể từ điển của động từ	読む、行く、食べる よ い た
S	câu	

Về bản dịch

Hội thoại ở section 1 có kèm phần dịch tiếng Anh, tiếng Trung Quốc, tiếng Việt. Section 2 thì có kèm phần dịch 3 thứ tiếng phần Words (từ vựng), "list mẫu câu (ngữ pháp)" ở cuối mỗi bài.

Về Website

Ở phần website của giáo trình này (Web để nói tiếng Nhật tốt hơn), chúng ta có thể sử dụng được những phần sau.

① File âm thanh... Nghe âm thanh theo như chữ số có dấu hiệu âm thanh trong từng bài khóa

② Bảng tự đánh giá bản thân

③ Bảng đánh giá dành cho giáo viên

https://www.9640.jp/shadowing-motto2/

➡Password: hanasu80i

21

●あいさつする

★★★★☆　🔊 01

1 カウンセリングの講習会で初対面の人とペアワークをします。

木　田：はじめまして。木田と申します。よろしくお願いします。

中　村：はじめまして。中村と申します。こちらこそよろしくお願いします。どちらからいらっしゃったんですか？

木　田：大阪からです。卒論のテーマの参考にしたくて参加しました。

中　村：大阪ですか。僕はこの近くの大学の３年です。友だちに誘われて参加しました。

木　田：そうなんですか。よろしくお願いします。

中　村：こちらこそ。じゃ、始めましょうか。

---

2 転勤してきた社員が先輩のところにあいさつに来ました。

小　林：先輩、お久しぶりです。今度こちらの支店にまいりました。

田　中：ああ、久しぶり。聞いてるよ。営業部だってね。

小　林：そうなんです。いろいろわからないことがあって、大変です。

田　中：部署は違うけど、何かあったら相談にのるよ。

小　林：はい、今後ともよろしくお願いいたします。

田　中：また、近いうちにゆっくり話をしよう。

---

3 結婚式の受付に来ました。

井　上：今日はお招きいただき、ありがとうございます。

受　付：本日はお忙しい中、ありがとうございます。お名前は…。

井　上：フジデパートの井上です。

受　付：井上様ですね。

井　上：お祝いはこちらでいいですか？

受　付：はい、お預かりいたします。こちら、席表と式次第です。

In the counseling training session, Ms. Kida and Mr. Nakamura meet for the first time and work as a pair.

Kida: How do you do? My name is Kida. Nice to meet you.

Nakamura: How do you do? My name is Nakamura. Nice to meet you, too. Where are you from?

K: I'm from Osaka. I participated in order to use this training as reference for my graduation thesis.

N: You're from Osaka? I'm a junior at a college close to this area. I was invited by a friend to participate.

K: Is that so? I look forward to working with you.

N: Me, too. So, shall we begin?

在咨询培训会上和初次见面的人两人一组工作。

木田：您好。我叫木田。请多关照。

中村：您好。我叫中村。也请您多多关照。您是从什么地方过来的?

木田：我从大阪来。我参加这次会议是为了帮助我确定毕业论文的题目。

中村：大阪啊。我是这附近大学的3年生。是受到朋友的邀请来参加的。

木田：原来是这样啊。那就麻烦了。

中村：哪里哪里。那就、开始吧。

Hai người gặp nhau lần đầu tiên được chia cặp trong buổi học tư vấn.

Kida: Chào cậu! Mình là Kida. Rất vui được gặp cậu.

Nakamura: Chào bạn! Mình là Nakamura. Rất vui được gặp bạn. Bạn từ đâu đến vậy?

K: Mình ở Osaka. Mình tham gia buổi học này để lấy thông tin tham khảo cho đề tài khóa luận tốt nghiệp.

N: Ở Osaka à? Mình là sinh viên năm 3 ở đại học gần đây. Bạn mình rủ nên tham gia cho biết.

K: Thế à! Cùng hợp tác nhé.

N: Nhất trí. Chúng mình bắt đầu nhé.

A transferred employee, Ms. Kobayashi, came to greet her senior colleague, Mr. Tanaka.

Kobayashi: It is good to see you again. I've been transferred to this branch.

Tanaka: Oh, long time no see. I heard about that. You're working at the sales department, right?

K: That's right. It's challenging, as there are so many things that I don't understand.

T: Although we are working in different departments, I can give advice if you need it.

K: Thank you very much for your support.

T: Let's make some time to talk soon.

刚调过来的职员来和前辈打招呼。

小林：前辈、好久不见。我刚分到这个分店。

田中：啊、好久不见。听说了呢。是营业部吧。

小林：是的。有很多不懂的地方、挺困难的。

田中：虽然在不同的部门、但是有什么问题的话、我很乐意帮忙。

小林：好的。今后也请你多多关照。

田中：嗯啊。之后有时间慢慢聊一聊。

Nhân viên mới chuyển công tác đến chào sempai trong công ty.

Kobayashi: Sempai, lâu quá không gặp anh. Lần này em chuyển đến chi nhánh này.

Tanaka: Ồi, lâu quá không gặp. Anh có nghe rồi. Ở bộ phận kinh doanh hả?

K: Dạ, đúng rồi ạ. Có nhiều cái em không biết, mệt lắm anh.

T: Dù khác bộ phận nhưng nếu có gì cần hỏi thì cứ tự nhiên nhé.

K: Dạ, có gì nhờ anh giúp đỡ.

T: Ừ, khi nào rảnh thì nói chuyện nhiều nhé.

Ms. Inoue has arrived at the wedding reception.

Inoue: Thank you for today's invitation.

Reception: Thank you for joining us today. What is your name?

I: I'm Inoue from Fuji Department Store.

R: Yes, Ms. Inoue.

I: May I leave my gift here with you?

R: Yes, I will take care of it. Here is the seating chart and order of ceremony.

在婚礼的接待处。

井上：今天感谢您的邀请。

接待处：感谢您今天抽空来参加。请问您的名字是?

井上：我是富士百货的井上。

接待处：井上小姐对吧。

井上：礼金是放在这边吗?

接待处：是的、我们替您收下了。这是座位表和仪式的流程。

Tại tiếp tân tiệc cưới.

Inoue: Chào em, chị đến dự đám cưới.

Lễ tân: Chào mừng chị đến với tiệc cưới hôm nay. Xin chị cho em biết tên a...

I: Chị là Inoue của trung tâm thương mại Fuji.

Lễ tân: Chị Inoue, phải không ạ?

I: Quà mừng của chị để ở đây được không em?

Lễ tân: Dạ, em nhận ạ. Còn đây là sơ đồ chỗ ngồi và chương trình buổi tiệc ạ.

★★★★☆

④ 留学生がクラスメートにアプリを紹介しています。
りゅうがくせい　　　　　　　　　　　　　しょうかい

クリス：ねえねえねえ、このアプリ知ってる？
　　　　　　　　　　　　　　　　し

ケ　オ：えっ、どんなアプリ？　ああ、漢字のアプリだね。
　　　　　　　　　　　　　　　　　　　　かんじ

クリス：うん。最近見つけたんだけど、楽しく漢字が覚えられるんだ。
　　　　　　さいきんみ　　　　　　　　たの　　かんじ　おぼ

ケ　オ：へー。でも、高いんじゃない？
　　　　　　　　　　たか

クリス：ううん、無料だよ。漢字ゲームもあって、おもしろいよ。
　　　　　　　　むりょう　　かんじ

ケ　オ：へー、使ってみたいな。リンク送ってもらえる？
　　　　　　　つか　　　　　　　　　　おく

---

⑤ 大家さんが通りかかったアパートの住人に新しい入居者を紹介しています。
おおや　　とお　　　　　　　　　　じゅうにん　あたら　にゅうきょしゃ　しょうかい

大　家：あ、田中さん、こちらは今日5号室に入居するケオさんです。
おおや　　　たなか　　　　　　きょうごごうしつ　にゅうきょ

ケ　オ：ケオです。どうぞよろしくお願いします。
　　　　　　　　　　　　　　　　　　ねが

大　家：ケオさん、こちらは6号室の田中さんです。
おおや　　　　　　　　　　ろくごうしつ　たなか

田　中：田中です。どうぞよろしく。ケオさんはどちらのご出身ですか？
たなか　　たなか　　　　　　　　　　　　　　　　　　　　しゅっしん

ケ　オ：ラオスです。今、みさき大学でITを勉強しています。
　　　　　　　　　　いま　　　　だいがく　アイティー　べんきょう

田　中：そうですか。何かあったら、いつでも声をかけてくださいね。
たなか　　　　　　　なに　　　　　　　　　こえ

---

⑥ 部下が上司に新入社員研修の講師を紹介しています。
ぶか　じょうし　しんにゅうしゃいんけんしゅう　こうし　しょうかい

佐　藤：部長、こちらが本日の講師を務めてくださる中島先生です。
さとう　　ぶちょう　　　　ほんじつ　こうし　つと　　　　　　なかじませんせい

中島先生：はじめまして。中島です。どうぞよろしくお願いいたします。
なかじませんせい　　　　　　なかじま　　　　　　　　　　　　ねが

井上部長：井上です。このたびは講師をお引き受けくださり、感謝しておりま
いのうえぶちょう　いのうえ　　　　　　　こうし　ひ　う　　　　　　かんしゃ
　　　　　す。

中島先生：こちらこそ、御社にお声がけいただき、光栄に思っております。
なかじませんせい　　　　　　おんしゃ　こえ　　　　　　こうえい　おも

佐　藤：中島先生は新人研修に関するご著書を数多く出版なさっています。
さとう　　なかじませんせい　しんじんけんしゅう　かん　　ちょしょ　かずおお　しゅっぱん

井上部長：私もいくつか拝見して、今日のご講演を楽しみにしておりました。
いのうえぶちょう　わたし　　　　　はいけん　　きょう　こうえん　たの

24

The exchange student, Chris, is showing a Kanji app to his classmate, Keo.

Chris: Hey, do you know this app?

Keo: What kind of app? Oh, that is kanji app, right?

C: Yes, I found it recently. You can enjoy learning kanji.

K: Is that right? But isn't it expensive?

C: No, it is free. It is fun, as there is also kanji game.

K: Wow, I'd love to use it, too. Can you send me the link?

留学生在给同班同学介绍手机软件。

克里斯: 嘿，这个软件你知道吗？

柯欧: 嗯？什么软件？哦哦，是这个汉字的软件是吧。

克里斯: 嗯。最近发现的。挺有趣的，而且也能记得住汉字。

柯欧: 喔。不过，不贵吗？

克里斯: 不啊，免费的。而且还有汉字的游戏，很有意思哦。

柯欧: 哇，想试试。链接能发给我一下吗？

Du học sinh giới thiệu cho bạn cùng lớp ứng dụng (áp).

Chris: Nè nè, biết ứng dụng này không?

Keo: Đâu, ứng dụng gì? À, ứng dụng Kanji hả?

C: Ừm, gần đây mình mới biết, có thể vui học Kanji.

K: Ồ, nhưng mắc lắm phải không?

C: Đâu có, miễn phí mà. Có cả trò chơi Kanji nữa, vui lắm.

K: Ồ, để mình dùng thử xem sao. Gửi link cho mình được không?

The landlord is introducing the new tenant to the resident of the apartment, who was passing by.

Landload: Oh, Mr. Tanaka, this is Ms. Keo, who will move in to the room 5 today.

Keo: I am Keo. Nice to meet you.

L: Ms. Keo, this is Mr. Tanaka who lives in the room 6.

Tanaka: I'm Tanaka. Nice to meet you. Where are you from?

K: I'm from Laos. Now I'm studying IT at Misaki University.

T: Is that right? If you need to ask questions, talk to me any time.

房东向路过的公寓住户介绍新租户。

房东: 啊，田中先生，这位是今天要入住5号房间的柯欧小姐。

柯欧: 我是柯欧。请您多关照。

房东: 柯欧小姐，这是6号房间的田中先生。

田中: 我是田中。请多关照。柯欧小姐是哪里过来的？

柯欧: 老挝。我目前在三崎大学学习信息技术。

田中: 原来如此。有什么问题随时喊我哈。

Chủ nhà giới thiệu người mới đến ở cho người đang sống trong căn hộ.

Chủ nhà: À, em Tanaka, đây là Keo dọn đến phòng số 5 hôm nay.

Keo: Dạ, em tên là Keo ạ. Rất vui được gặp anh.

Chủ nhà: Này Keo, đây là Tanaka ở phòng số 6.

Tanaka: Mình là Tanaka, rất vui được gặp em. Keo là người nước nào vậy em?

K: Dạ, em là người Lào ạ. Em đang học IT ở trường đại học Misaki.

T: Thế à! Nếu có gì cần mình giúp thì cứ gọi mình nhé.

Ms. Sato is introducing the lecturer, Mr. Nakajima, to her boss, Ms. Inoue, the department manager.

Sato: Ms. Inoue, this is Mr. Nakajima, who will be the lecturer for today.

Nakajima: How do you do. I am Nakajima. Nice to meet you.

Inoue: I am Inoue. I appreciate that you have accepted to be the lecturer.

N: I feel honored to be invited by your company.

S: Mr. Nakajima published many books about training new employees.

I: I also read some of your books and was looking forward to your lecture today.

下属向上司介绍新员工培训的讲师。

佐藤: 部长，这位是担任今天讲师的中岛老师。

中岛老师: 初次见面，我是中岛。请您多多关照。

井上部长: 我是井上。非常感谢您这次能过来担任讲师。

中岛老师: 我也感到非常荣幸能够受到贵公司的邀请。

佐藤: 中岛老师出版了许多关于新人培训的著作。

井上部长: 我也看过一些，对今天的讲演很期待。

Cấp dưới giới thiệu với cấp trên giáo viên dạy đào tạo cho nhân viên mới.

Sato: Sếp à, đây là thầy Nakajima phụ trách hôm nay.

Nakajima: Chào chị. Tôi là Nakajima. Rất vui được gặp chị.

Trưởng phòng Inoue: Tôi là Inoue. Cám ơn thầy đã nhận lời dạy ngày hôm nay.

N: Được công ty chị mời dạy là vinh hạnh cho tôi.

S: Thầy Nakajima đã xuất bản nhiều sách liên quan đến đào tạo người mới.

Trưởng phòng Inoue: Tôi cũng đã xem qua một vài sách của thầy nên cũng rất háo hức đến buổi đào tạo ngày hôm nay.

Section I

●別れを言う

★★★★☆ 03

7 留学する友だちを空港まで見送りに来ました。

大　希：あ、もうこんな時間だ。そろそろ出国手続きしたほうがいいんじゃ
　　　　ない？

　桜　：そうだね。じゃあ、そろそろ中に入るね。

大　希：うん、気をつけて。

　桜　：ありがとう。向こうに着いて落ち着いたら連絡するね。

大　希：うん、わかった。

　桜　：じゃあね。バイバーイ。

----

8 彼氏と別れることにしました。

マ　イ：今日は大事な話があるんだけど、いい？

和　真：どうしたの？　急に改まっちゃって。

マ　イ：実は、前に相談した海外赴任の話、受けることにしたんだ。

和　真：えっ、ロンドンの営業所に３年っていう話？

マ　イ：うん。３年は長いよ。だから、私たち、別れたほうがいいと思う。

和　真：えっ…。

----

9 転勤することになった上司の送別会に参加しました。

佐　藤：中川主任、ご栄転おめでとうございます。

中川主任：ありがとう。いろいろお世話になりました。

佐　藤：こちらこそ、多くのことを教えていただき、感謝しています。

中川主任：取引先の拡大、これからもよろしくお願いしますね。

佐　藤：はい、頑張ります。さびしくなりますが、新任地でのご活躍を祈っ
　　　　ています。

中川主任：ええ、お互いにそれぞれの地で頑張りましょう。お元気で。

● Saying Goodbye／告別／Nói chia tay

Daiki came to the airport to see off his friend Sakura who will be studying abroad.	来机场为一位即将出国留学的朋友送行。	Đến sân bay tiễn bạn đi du học.
Daiki: Oh, you should start embarkation procedure soon.	大希：啊，已经这个点了。差不多去办出境手续比较好吧？	Daiki: Ôi, đã đến giờ này rồi à. Lo vào làm thủ tục xuất cảnh thôi.
Sakura: That's true. Then I will go in.	樱：是呢。那，差不多进去了哈。	Sakura: Ừ ha. Vậy mình vào trong nhé.
D: OK, you take care.	大希：嗯，注意安全。	D: Đi bình an nhé.
S: Thanks. I will let you know after I arrive and settle down.	樱：谢谢。到那边了联系你。	S: Cám ơn nhé. Có gì đến nơi ổn định thì mình liên lạc nhé.
D: Yes, please do so.	大希：嗯，知道了。	D: Ừm, nhớ nhé.
S: OK. Good bye.	樱：好的，再见。拜拜。	S: Vậy nhé, bái bai.

Mai decided to break up with her boyfriend, Kazuma.	决定和男友分手。	Quyết định chia tay bạn trai.
Mai: I have something important to talk about today. Is it OK?	麻衣：今天有个重要的事想说，可以？	Mai: Hôm nay em có việc quan trọng muốn nói với anh, anh có thời gian không?
Kazuma: What's happened? You suddenly sound formal.	和真：怎么了？ 突然这么正式。	Kazuma: Chuyện gì vậy? Sao nghe có vẻ nghiêm trọng vậy em?
M: Actually, I decided to accept the assignment abroad, which I consulted with you a while ago.	麻衣：其实，之前和你谈过的海外派遣的事情，我决定接受了来着。	M: Anh còn nhớ việc em có bàn với anh trước đây là muốn chuyển công tác đi nước ngoài không? Thật ra em đã nhận lời.
K: Oh, is that your work at the sales office in London for 3 years?	和真：呃，去伦敦的营业处3年的那个事？	K: Cái gì! Em nhận lời chuyển đến phòng kinh doanh Luân Đôn hả?
M: That's right. 3 years is too long, so I think we should break up.	麻衣：嗯。3年太长了。所以，我觉得我们还是分开比较好。	M: Vâng, 3 năm dài lắm nên em nghĩ chúng mình nên chia tay thì hơn.
K: What ... ?	和真：啊?…	K: Cái gì! ...

Ms. Sato participated at the farewell party for her boss, Mr. Nakagawa, Chief, who will be transferred.	参加了即将调动工作的上司的送别会。	Tham gia tiệc chia tay cấp trên (sếp) chuyển công tác.
Sato: Mr. Nakagawa, congratulations for the promotion.	佐藤：中川主任，恭喜您的晋升。	Sato: Chúc mừng sếp (chủ nhiệm) chuyển công tác lên cương vị mới.
Nakagawa: Thank you for everything that you have done for me.	中川主任：谢谢。也受你很多照顾呀。	Chủ nhiệm Nakagawa: Cám ơn em. Ở đây em đã hợp tác với anh rất nhiều.
S: I really appreciate that you let me learn so many things.	佐藤：哪里哪里，一直非常感谢您教会我这么多。	S: Em học hỏi từ anh rất nhiều. Mang ơn anh nhiều.
N: Please continue to try expanding customers from now on.	中川主任：希望能够继续扩大合作伙伴的关系，今后也请多关照了。	Chủ nhiệm Nakagawa: Từ nay mong em vẫn tiếp tục mở rộng khách hàng.
S: Yes, I will do my best. I will miss you, and wish you all the best in your endeavors at a new position.	佐藤：是，我会加油的。虽有些不舍，但祝愿您在新的工作岗位取得成功。	S: Dạ em sẽ cố gắng ạ. Em sẽ rất buồn nhưng mong anh gặt hái nhiều thành công ở cương vị mới.
N: Yes, you and I will do our best in each area. Please take care.	中川主任：嗯嗯，一起在各自的岗位上努力吧。保重。	Chủ nhiệm Nakagawa: Cám ơn em. Chúng ta ở cương vị khác nhau nhưng cùng cố gắng nhé. Chúc em sức khỏe.

●招待する

★★★★☆  04

10 自分が出演するライブに友だちを誘います。

メ　イ：来月、うちのバンドのライブがあるんだ。

ケ　オ：へー、すごいね。

メ　イ：チケットがあるから、よかったら来ない？

ケ　オ：うん、行く行く。メイはベース担当だったっけ？

メ　イ：ううん、今回はリードボーカルなんだ。

ケ　オ：カッコいいねー。楽しみにしてるね。

---

11 上司を結婚式に招待します。

田　中：部長、今ちょっとよろしいですか？

部　長：ああ、田中さん。いいですよ。

田　中：実は結婚が決まり、10月末に式を挙げることになりました。

部　長：わー、それはよかったですね。おめでとう。

田　中：ありがとうございます。お忙しいとは存じますが、ご出席いただ
　　　　けませんか？

部　長：ええ、喜んで出席させてもらいます。

---

12 美容師が得意客に限定サービスを勧めます。

美容師：はい、お疲れさまでした。

高　木：ありがとうございました。あー、すっきりしました。

美容師：よくお似合いですよ。高木様、来月はお得意様限定でヘッドスパが
　　　　40％オフになりますので、ぜひお越しください。

高　木：いいですね。前回は気持ちよすぎて途中で寝ちゃいました。

美容師：日々のストレスも和らぎますからね。こちらのクーポンをどうぞ。

高　木：どうもありがとうございます。じゃ、また予約しますね。

May will perform at the live music event and invites her friend, Keo.

May: Next month, our band will perform at a live concert.

Keo: Wow, that is amazing.

M: I have a ticket. Would you like to come?

K: Yes, I will. Are you in charge of bass?

M: No, I am in charge of lead vocal this time.

K: Sounds great. I look forward to it.

邀请朋友来看自己的演出。

芽衣：下个月，我们的乐队有一个小演唱会。

柯欧：哇，好厉害。

芽衣：我这有票，有兴趣的话，来呗？

柯欧：嗯，去去去。芽衣是贝斯手来着？

芽衣：不是呢，这次是主唱。

柯欧：好酷。期待上了。

Rủ bạn tới xem buổi nhạc sống do mình biểu diễn.

Mây: Tháng sau nhóm nhạc mình chơi có biểu diễn nhạc sống.

Keo: Ôi! Thích quá.

M: Mình có vé nè, đến xem không?

K: Ừm, đi chứ đi chứ. Mây chơi bass hả?

M: Không, lần này mình ở vị trí hát dẫn.

K: Ngầu quá. Háo hức quá.

Mr. Tanaka invites his boss to his wedding ceremony.

Tanaka: Manager, may I talk to you now?

Department manager: Oh, Mr. Tanaka, go ahead.

T: I am getting married and having a ceremony in the end of October.

D: Oh, I am glad to hear that. Congratulations.

T: Thank you very much. I know you are busy but would you be able to attend (the ceremony)?

D: Yes, I would be happy to attend.

邀请上司来参加自己的婚礼。

田中：部长，您现在有时间吗？

部长：啊，是田中啊。有的。

田中：是这样，我决定要结婚了，计划在10月底举行婚礼。

部长：哇。好事啊。恭喜。

田中：谢谢您。我知道您平时忙，但如果可以的话，您能出席吗？

部长：嗯啊，非常高兴能够出席。

Mời sếp đến dự tiệc cưới.

Tanaka: Sếp ơi, em nói chuyện với sếp được một chút không ạ?

Trưởng phòng: À, được Tanaka à.

T: Dạ là việc em tổ chức đám cưới vào cuối tháng 10 này chị à.

Trưởng phòng: Ôi, tốt quá. Chúc mừng em.

T: Cám ơn chị. Em biết chị bận rộn nhiều nhưng chị đến dự đám cưới em nhé.

Trưởng phòng: Ừ, chị rất vui được dự đám cưới của em.

The hairdresser recommends a limited service to the loyal customer.

Hairdresser: It is done. Thank you.

Takagi: Thank you very much. I feel refreshed.

H: You look very well. Ms. Takagi, next month, a head spa will be 40% off for loyal customers. Please come.

T: Sounds good. Last time, I felt so comfortable that I fell asleep while getting the head spa.

H: It relieves daily stress. Here is the coupon.

T: Thank you very much. I will make a reservation again.

美容师向常客提供限定服务。

美容师：好了。您辛苦了。

高木：谢谢。啊，清爽了很多。

美容师：非常适合您呢。高木先生，下个月我们将为尊贵的常客提供头部SPA服务，享受40%的折扣优惠。欢迎您前来体验。

高木：不错。上一次非常舒服，中途还睡着了。

美容师：因为缓解了平时的压力吧。这是优惠券。

高木：感谢。那，下次预约。

Thợ cắt tóc giới thiệu dịch vụ khuyến mãi cho khách hàng.

Thợ cắt tóc: Dạ xong rồi chị.

Takagi: Cám ơn em. Ôi! Nhẹ hẳn cả người.

Thợ cắt tóc: Hợp với chị lắm. Chị Takagi ơi, tháng sau có chương trình khuyến mãi head spa giảm 40% dành cho một số khách hàng, chị đến ủng hộ nhé.

T: Thích quá! Lần trước quá đã nên đang làm giữa chừng thì ngủ mất.

Thợ cắt tóc: Có tác dụng làm giảm stress. Em gửi chị coupon ạ.

T: Cám ơn em. Có gì chị sẽ đặt sau nhé.

29

●約束する／依頼する   ★★★★☆ 🔊05

13 学校で、昨日授業を休んだクラスメートに会いました。

中 村：昨日、加藤先生の授業休んでたね。

山 口：うん。病院の予約が昨日しか取れなくて。

中 村：そうだったんだ。

山 口：それでなんだけど、資料とノートを見せてもらえないかな。

中 村：いいよ。今日は持って来てないから、明日忘れずに持って来るね。

山 口：ありがとう。助かる！

14 取引先に電話して打合せの日程を決めています。

田 中：今後の流れについて打合せのお時間をいただきたいのですが。

取引先：はい、いつごろがよろしいですか？

田 中：来週の木、金あたり、いかがでしょうか。

取引先：木曜はちょっと…。金曜はいかがですか？

田 中：はい。では、金曜の13時に伺うということでよろしいでしょうか。

取引先：はい、かまいません。では、金曜の13時にお待ちしています。

15 エアコンの調子が悪くなったので、電気屋に電話しました。

田 中：すみません。エアコンがきかなくなったんですが、見てもらえますか？

店 員：はい、かしこまりました。ただ、早くても来週になりそうなんですが…。

田 中：できるだけ早くお願いしたいんですけど。

店 員：では、月曜日の午後1時から3時の間でいかがでしょうか。

田 中：はい、大丈夫です。お願いします。

店 員：では、お名前とお電話番号をお願いします。

At school Mr. Nakamura saw his classmate, Ms. Yamaguchi, who was absent in class yesterday.

Nakamura: You were absent in Mr. Kato's class yesterday, right?

Yamaguchi: Yes. Yesterday was the only day I was able to make reservation of the hospital.

N: Oh I see.

Y: So, I wonder if you could show me the materials and notes.

N: Sure. I don't have them today but will make sure to bring them tomorrow.

Y: Thanks. That will be helpful!

在学校，遇到昨天没来上课的同班同学。

中村：昨天，加藤老师课没来上吧？

山口：嗯。医院只能预约到昨天。

中村：是这样啊。

山口：嗯。然后就是，资料和笔记能给我看看吗？

中村：可以啊。今天没有带，明天记得带给你哈。

山口：多谢。帮大忙了！

Gặp bạn học nghỉ học ngày hôm qua tại trường học.

Nakamura: Hôm qua cậu nghỉ học giờ thầy Kato hả.

Yamaguchi: Ừ, vì chỉ có hôm qua mới đặt được chỗ ở bệnh viện.

N: Thế à.

Y: À, nếu được cậu cho mình mượn vở và tài liệu được không?

N: Được chứ, hôm nay mình không có mang theo, ngày mai có gì mình sẽ mang đi cho cậu.

Y: Cám ơn cậu. Đỡ quá!

Mr. Tanaka calls the client to decide the date of the meeting.

Tanaka: I'd like to have a meeting regarding the future trends.

Client: Yes, when would be good for you?

T: How about on Thursday or Friday, next week?

C: Thursday will not work out ... How about Friday?

T: Yes, then is it OK to visit at 1:00 pm on Friday?

C: Yes, that is fine. Then I will see you at 1 pm on Friday.

打电话给客户安排会议的时间。

田中：我想安排一个时间来讨论一下关于今后的流程。

客户：好的。什么时候方便呢？

田中：下周四、五左右，您有时间吗？

客户：周四有点…周五怎么样？

田中：好的。那就周五的13点我过去拜访您可以吗？

客户：好的、没关系。那就周五的13点恭候您的到来。

Gọi điện thoại cho khách hàng để hẹn thời gian họp.

Tanaka: Em muốn gọi hỏi chị về thời gian họp bàn về các bước tiếp theo.

Khách hàng: Được em, khi nào thì em tiện?

T: Khoảng thứ năm, thứ sáu tuần sau chị tiện không ạ?

Khách hàng: Thứ năm chị kẹt rồi... thứ sáu được không em?

T: Dạ vâng. Vậy thứ sáu lúc 13 giờ em ghé công ty chị được không ạ?

Khách hàng: Được em. Hẹn gặp em lúc 13 giờ ngày thứ sáu nhé.

Because the air conditioner is not working well, Mr. Tanaka called the electronician.

Tanaka: Excuse me. The air conditioner is not working properly, so would you please check it?

Shop assistant: Yes, certainly. However, the earliest time will be next week.

T: I'd like to ask you to come as early as possible.

S: Then how about Monday afternoon, between 1 and 3 pm?

T: That would be fine. Please.

S: OK, please tell me your name and the phone number.

空调出了点问题，我给电器店打了电话。

田中：不好意思。我的空调坏了，能帮我看看吗？

店员：好的。我明白了。但是，最快也要等到下周了…。

田中：能尽快吗？

店员：那就，周一的下午。1点到3点之间可以吗？

田中：嗯好的。没问题。拜托了。

店员：麻烦您留一下您的名字和电话号码。

Điều hòa bị hư nên gọi điện thoại đến cửa hàng điện.

Tanaka: Chào chị. Điều hòa nhà em bị hư. Chị cho người đến xem giúp em được không ạ?

Nhân viên cửa hàng: Chị tiếp nhận thông tin của em. Nhưng sớm lắm cũng phải đến tuần sau mới đến xem được em à...

T: Chị cố gắng đến xem sớm giúp em.

Nhân viên cửa hàng: Vậy thì chiều thứ hai từ 1 giờ đến 3 giờ có được không em?

T: Dạ, được chị ạ.

Nhân viên cửa hàng: Em cho chị xin tên và số điện thoại nhé.

Section I

16 ホストマザーがセーターを編んでくれました。

ホストマザー：ニックさん、ちょっとこれ着てみてくれない？

ニック：いい色のセーターですね。［セーターを着て］あ、ちょうどいいです。

ホストマザー：よかった。ニックさんのために編んだのよ。

ニック：えっ、これ僕のなんですか？

ホストマザー：ええ。これから寒くなるから、1枚あるといいかなって思って。

ニック：手編みのセーター、うれしいなあ。大切にします！

---

17 アルバイト先の同僚がシフトを代わってくれました。

木　田：昨日は突然だったのに、シフト代わってくれて、本当にありがとう。

チョウ：お互いさまだから気にしないで。昨日は暇だったし。

木　田：おかげで、すごく助かったよ。

チョウ：で、猫の具合はどう？

木　田：たいしたケガじゃないから一週間ほどで治りそう。

チョウ：そりゃ、よかった。

---

18 先生が奨学金の推薦状を書いてくれました。

中　村：先日は推薦状を書いてくださり、どうもありがとうございました。

先　生：いいえ、どういたしまして。で、奨学金のほうはどうなりましたか？

中　村：おかげさまで、まつば財団の奨学金が決まり、留学できることに
　　　　なりました。

先　生：それはよかったですね。おめでとう！

中　村：これもひとえに先生のご指導のおかげです。

先　生：いいえ、中村さんの今までの努力が実ったんですよ。

● Appreciation / 感谢 / Cảm ơn

Host mother knitted a sweater for Nick. | 寄宿家庭的母亲给我织了毛衣。 | Chủ nhà trọ đan áo len cho.

Host mother: Nick, would you please wear this sweater?

寄宿家庭的母亲：尼克，你来试穿一下这个？

Nữ chủ nhà: Nick ơi, con thử mặc áo này xem.

Nick: A lovely color sweater, isn't it? [Wearing the sweater] Oh, it is perfect size.

尼克：这个毛衣的颜色真不错啊。[穿毛衣] 啊，刚刚好。

Nick: Màu áo đẹp quá mẹ ơi. (Nick mặc áo) Ôi, vừa quá!

H: Great. I made it for you.

寄宿家庭的母亲：太好了。就是为你织的。

Nữ chủ nhà: Tốt quá. Mẹ đan cho con đấy.

N: Oh, is it mine?

尼克：诶，这是我的吗？

N: Ôi, cái này mẹ cho con à?

H: Yes, it will become cold from now, so it may be good for you to have a sweater.

寄宿家庭的母亲：是呢。马上就要变冷了。我想着有件毛衣会比较好。

Nữ chủ nhà: Ừ, trời bắt đầu lạnh rồi nên mẹ nghĩ đan cho con một cái.

N: So happy to have a hand knitted sweater. I will cherish it!

尼克：亲手织的毛衣，好开心。我会珍惜的！

N: Áo len đan tay à mẹ. Ôi, con thích quá! Con sẽ dùng cẩn thận.

The co-worker of the part time job, Mr. Cho, took over Ms. Kida's shift. | 兼职店里的同事替我代了班。 | Bạn chỗ làm thêm đổi giờ làm thay cho mình.

Kida: Thank you so much for taking over my shift all of a sudden yesterday.

木田：昨天有些突然，但是超感谢你能替我代班。

Kida: Hôm qua cám ơn cậu đổi giờ làm thay cho mình.

Cho: Don't worry, as we are on equal status. I was free yesterday.

张：彼此彼此。不用介意。反正昨天也休息。

Chou: Có gì đâu, lúc này lúc kia mà. Hôm qua mình cũng rảnh.

K: Thanks to you, this helped me tremendouly.

木田：多亏了你，帮大忙了。

K: Nhờ cậu cứu mình được một phen.

C: So how is your cat?

张：猫的情况怎么样了？

C: Mèo của cậu thế nào rồi?

K: It was not a serious injury, so she should get better in about a week.

木田：不是什么大的伤，大概一周左右就能好。

K: Bị thương không nặng lắm nên chừng một tuần là khỏi.

C: That sounds good.

张：那就好。

C: Vậy thì tốt quá!

The teacher wrote a recommendation letter for a scholarship for Mr. Nakamura. | 老师给我写了奖学金的推荐信。 | Giáo viên viết thư tiến cử cho mình.

Nakamura: Thank you so much for writing a recommendation letter the other day.

中村：前些日子您给我写了推荐信，真是太感谢您了。

Nakamura: Cám ơn cô đã viết thư tiến cử cho em.

Teacher: You're welcome. What happened to the scholarship?

老师：没事，不客气。奖学金怎么样了？

Giáo viên: Đâu có gì đâu em. Học bổng thế nào rồi em?

N: Thanks to you, the Matsuba Foundation awarded me a scholarship and I will be able to study abroad.

中村：多亏了您，松叶财团的奖学金下来了，能去留学了。

N: Nhờ cô mà em được học bổng của tập đoàn tài chính Matsuba để đi du học.

T: That sounds great. Congratulations!

老师：这真是太好了。恭喜！

Giáo viên: Tốt quá! Chúc mừng em.

N: This is all thanks to your guidance.

中村：这也多亏了老师您的指导啊。

N: Cái này cũng là nhờ cô chỉ dạy cho em.

T: No, the efforts you made so far has paid off.

老师：没有，是你至今为止做的努力才实现的。

Giáo viên: Làm gì có. Đây là thành quả cố gắng của Nakamura từ trước đến giờ.

33

●謝る

★★★★☆ 🔊 **07**

19 友だちから届いたメッセージに返信するのを忘れていました。

ケ　オ：あ、渡辺くん、おはよう。

渡　辺：ケオさん、僕、昨日メッセージ送ったんだけど、読んだ？

ケ　オ：うん、読んだよ。あ、ごめん、返信忘れてた！

渡　辺：連絡が届いたかどうか知りたいから、これからは返事ちょうだいね。

ケ　オ：申し訳ない！　見たのは見たんだけど、友だちと話し込んでて。

渡　辺：ああ、それで忘れちゃったんだね。いいよ、気にしないで。

---

20 可燃ゴミを出す曜日を間違えていました。

大　家：あのう、今日は可燃ゴミの日じゃないんですよ。

ケ　オ：えっ、そうなんですか。すみません！

大　家：可燃ゴミは水曜と土曜なんです。今日はプラごみです。

ケ　オ：あー、うっかりしていました。ごめんなさい。

大　家：このゴミ、持ち帰ってもらえますか？

ケ　オ：はい。これから間違えないようにします。

---

21 レストランでお客さんがジュースをこぼしてしまいました。

客　：あのう…、すみません。子どもがジュースをこぼしちゃったんです。

店　員：大丈夫ですよ。すぐにきれいにいたします。

客　：本当にすみません。テーブルクロスも染みになっちゃったみたいで…。

店　員：すぐにお取り替えします。お洋服は汚れませんでしたか？

客　：はい、服は大丈夫です。でもテーブルクロス、本当にすみません。

店　員：いえいえ大丈夫です。すぐに新しいのをお持ちしますね。

客　：あー、水で大丈夫です。ほらっ、陸も謝りなさい！

Keo forgot to respond to the message that her friend Mr. Watanabe had sent.

忘记回复朋友的消息。

Quên hồi âm tin nhắn bạn gửi.

Keo: Oh, Mr. Watanabe, good morning.

柯欧：啊，渡边，早。

Keo: Chào Watanabe.

Watanabe: Ms. Keo, I sent you a message yesterday. Did you read it?

渡边：柯欧，我昨天给你发消息了，你看了吗？

Watanabe: À, Keo. Hôm qua tớ có gửi tin nhắn cho cậu, cậu đọc chưa?

K: Yes, I did read it. Oh, I'm sorry, I forgot to respond to you!

柯欧：嗯，看了。啊，抱歉，忘记回复了！

K: Rồi, mình đọc rồi. Ôi, xin lỗi mình quên trả lời.

W: I want to know if my message is received or not, so please respond from now on.

渡边：我想知道消息发过去了没有，今后麻烦你回复我一下。

W: Mình muốn biết là cậu nhận được tin nhắn hay chưa nên sau này có gì cậu hồi âm giúp mình nhé.

K: I'm so sorry! I did see your message, but I was involved in talking with a friend.

柯欧：真抱歉！看是看了的，当时和朋友讲着话来着。

K: Thật tình xin lỗi! Xem thì mình xem rồi mà mải nói chuyện với bạn nên quên luôn.

W: Oh, that's why you forgot to respond. No, don't worry about it.

渡边：噢噢，所以才忘记了啊。没事，别在意。

W: À ra là vậy, vì vậy mà quên luôn. Không sao đâu, cậu đừng để bụng.

Keo made a mistake about the day to take out combustible garbage.

弄错了丢可燃垃圾的时间。

Nhớ sai ngày đổ rác cháy được.

Landlord: Well, today is not the day for combustible garbage.

房东：那个，今天不是丢可燃垃圾的日子呢。

Chú nhà: Cháu ơi, hôm nay đâu phải ngày đổ rác cháy được đâu.

Keo: Oh, is that right? I'm sorry!

柯欧：呃，这样啊。不好意思！

Keo: Ôi thế hả bác. Cháu xin lỗi!

L: The days for combustible garbage are Wednesday and Saturday. Today is the day for plastic waste.

房东：可燃垃圾是周三和周六丢。今天是丢塑料垃圾。

Chú nhà: Rác cháy được thu ngày thứ tư và thứ bảy. Hôm nay là rác nhựa.

K: Oh, I was careless. I am sorry.

柯欧：啊，是我不小心。抱歉。

K: Ôi, cháu quên béng đi. Xin lỗi bác.

L: Would you please take back this garbage?

房东：这个垃圾，能请你带回去吗？

Chú nhà: Cháu mang rác này về đi nhé.

K: Yes. I will try not to make a mistake from now on.

柯欧：好的。今后我会注意的。

K: Dạ, cháu sẽ chú ý để lần sau không nhầm nữa.

At a restaurant, a customer spilled juice.

在餐厅，客人打翻了果汁。

Ở nhà hàng, khách hàng làm đổ nước trái cây.

Customer: Excuse me ..., I'm sorry, my child spilled juice.

客人：那个…，不好意思。小孩把果汁弄翻了。

Khách: Em ơi..., Xin lỗi, con chị làm đổ nước trái cây mất rồi.

Staff: It is OK. I will clean up right away.

店员：没关系的。马上给您弄干净。

Nhân viên: Dạ, không sao đâu chị ơi. Em sẽ lau ngay ạ.

C: I'm really sorry. It seems that the table cloth was also stained ...

客人：真抱歉。桌布好像也被弄脏了。

Khách: Xin lỗi em. Khăn trải bàn cũng bị thấm bẩn hết rồi thì phải...

S: I will change it right away. Did you stain your clothes?

店员：马上给您换。您的衣服有弄脏吗？

Nhân viên: Em sẽ thay ngay chị à. Quần áo có bị bẩn không chị?

C: No, our clothes are OK. But I am truly sorry about the table cloth.

客人：嗯，衣服没事。不过这个桌布，真不好意思。

Khách: Quần áo không sao em à. Xin lỗi làm bẩn mất khăn trải bàn.

S: No, no, it is OK. I will bring the new one right away.

店员：没事没事。马上给您拿新的来。

Nhân viên: Dạ không sao chị à. Để em mang đồ uống mới cho chị.

C: Well, you didn't have to do that. Riku! Apologize!

客人：啊，水就可以了。快，陆也快道歉！

Khách: Ôi, được rồi em. Kìa, Riku, xin lỗi anh đi con!

35

★★★★☆  08

22 上司に相談したいことがあり、話しかけました。

田　中：すみません、ちょっとお願いしたいことがあるんですが。

主　任：ああ、いいですよ。何ですか？

田　中：来週月曜日の会議のことで…。

主　任：そうそう、準備してくれているんですよね。

田　中：はい。資料をまとめたんですが、お時間のあるときお目通しいただけますか？

主　任：わかりました。見ておきます。

---

23 電気屋でケーブルが見つかりません。それで店員に話しかけました。

チョウ：あのう、すみません。

店　員：はい。

チョウ：スマホの充電用ケーブルを探しているんですが。

店　員：あ、充電用ケーブルですね。スマホ関係のものは2階です。

チョウ：ああ、そうですか。ありがとうございます。

店　員：階段を上がると、すぐにあります。

---

24 オーダーパネルがうまく反応しません。それで店員に話しかけました。

チョウ：あのう、すみません。

店　員：はい、何でしょう。

チョウ：このクーポンのQRコードをかざしたんですが、うまく読み取ってもらえなくて…。

店　員：あ、かざすのはそちらではなくて、こちらの四角い部分です。

チョウ：あ、そうでしたか、すみません。初めてなもので…。

店　員：大丈夫です。初めての方はたいてい戸惑われますよ。

Mr.Tanaka wanted to discuss something with his boss, and started talking to her.

有事情想找上司咨询。

Nói chuyện với cấp trên để hỏi xin ý kiến.

Tanaka: Excuse me, I have something to ask you.

田中：不好意思，有点事情想要拜托您一下。

Tanaka: Sếp ơi, em có chuyện muốn trình bày với chị.

Chief: Yes, it is OK. What is it?

主任：嗯，可以啊。是什么？

Chủ nhiệm: À, Có chuyện gì vậy em?

T: About the meeting on Monday next week ...

田中：是关于下周一的会议……。

T: Em muốn bàn về buổi họp thứ hai tuần sau...

C: Oh, yes, you are preparing for it, aren't you?

主任：哦哦，你已经替我们准备好了是吧？

Chủ nhiệm: Ừ, em đang chuẩn bị mọi thứ giúp chị phải không?

T: Yes, I compiled the materials. Could you please take a look at them when you have time?

田中：是的。资料已经整理好了，您有时间的时候能过目一下吗？

T: Dạ, em tóm tắt tài liệu rồi, khi nào chị có thời gian chị xem qua giúp em nhé.

C: Yes. I will take a look at them.

主任：我知道了。我会提前看的。

Chủ nhiệm: Ừ, để chị xem.

Mr. Cho could not find a cable at the electronic store. So he talked to a shop assistant.

在电器店找不到充电线，咨询了店员。

Ở cửa hàng bán đồ điện không tìm thấy dây sạc nên hỏi nhân viên bán hàng.

Cho: Excuse me.

张：那个，不好意思。

Chou: Chị ơi, cho em hỏi.

Shop assistant: Yes.

店员：请说。

Nhân viên: Vâng.

C: I am looking for a smart phone charging cable.

张：我在找手机的充电线。

C: Em đang tìm dây sạc điện thoại.

S: Oh, you need a charging cable. Smart phone things are on the second floor.

店员：喔，充电线是吧。手机相关的东西在2楼。

Nhân viên: Dây sạc điện thoại hả em. Những sản phẩm liên quan đến điện thoại ở tầng 2.

C: Is that right? Thank you very much.

张：噢噢。好的。谢谢。

C: Dạ vâng ạ. Cám ơn chị.

S: When you reach the 2nd floor, you will find them right there.

店员：走楼梯上去，马上就有。

Nhân viên: Em lên cầu thang là thấy liền.

The order panels do not respond well. So Mr. Cho talked to a shop assistant.

点单用的平板没有反应，咨询了店员。

Màn hình đặt hàng không hoạt động nên hỏi nhân viên bán hàng.

Cho: Excuse me.

张：那个，不好意思。

Chou: Chị ơi, cho em hỏi.

Shop assistant: Yes, what do you need?

店员：请问有什么需要？

Nhân viên: Có chuyện gì vậy em?

C: I held up this coupon's QR code, but it couldn't be read properly.

张：我试着扫描这张优惠券上的二维码，但是扫不上……。

C: Em đọc mã QR của coupon này nhưng không đọc được...

S: Oh, it is not there to hold up the QR code, but it is the square part here.

店员：诶，您要扫的不是这个，是这边这个正方形。

Nhân viên: À, đọc mã không phải ở chỗ đó em, ở ô vuông này em à.

C: Is that right? I'm sorry. This is the first time for me ...

张：啊，是这样啊，不好意思，第一次用……。

C: Ra là vậy. Phiền chị quá, vì em mới làm lần đầu.

S: It's OK. People who hold up the QR code for the first time usually get confused.

店员：没事。初次使用的人通常会感到困惑的。

Nhân viên: Không sao em. Ai làm lần đầu cũng bỡ ngỡ thế đấy.

25 終業時間になって同僚と話していたところ、課長に呼ばれました。

吉　田：もう6時か。そろそろ帰らない？

ブラウン：うん、帰りたいんだけど、あと1時間くらいかかりそうなんだ。

吉　田：えっ、何してるの？

課　長：ブラウンさん、ちょっと。

ブラウン：はい、今行きます。ごめん、また明日ね。

吉　田：うん。じゃ、お先。

26 面接があって急いでいたところ、友だちに会いました。

グエン：メイちゃん、久しぶり。最近就活でけっこう忙しいみたいだね。

メ　イ：うん。ずっと連絡してなくて、ごめんね。

グエン：就活中だもん、しょうがないよ。

メ　イ：今日もちょっと急いでて。悪いけど行くね。

グエン：うん。就活が終わったらゆっくり会おうね。

メ　イ：うん、じゃ！

27 1限の授業があって急いでいたところ、大家さんに会いました。

大　家：キムさん、勉強頑張ってるんだね。日本語上手になったよ。

キ　ム：ありがとうございます。まだちょっと大変ですが…。

大　家：外国語の勉強って簡単じゃないよね。韓国語と日本語は似てるから簡単だって言う人もいるけど、本当は難しいんでしょ？

キ　ム：あ、はい…。あのう、すみません、お話ししたいんですけど、今日は1限の授業があるので…。

大　家：あ、急いでるんだね。ごめんごめん。

キ　ム：すみません。また今度ゆっくり…。失礼します。

Section I

At the work ending time, Ms. Brown was called by the section manager while talking with her co-worker, Mr. Yoshida.

Yoshida: It is already 6 o'clock. Are you leaving work soon?

Brown: Yes, I want to leave, but it may take about another hour.

Y: Wow, what are you doing?

Section manager: Ms. Brown, may I see you?

B: Yes, I will be there. Sorry, see you tomorrow.

Y: OK. Bye, I'm off.

下班时间你和同事在说话，你被课长叫住了。

吉田：已经6点了啊。差不多回去了？

布朗：嗯。我也想回去，但是还得再工作1小时左右。

吉田：啊。你在忙什么呢？

课长：布朗，你过来一下。

布朗：好的。我这就去。抱歉，明天见。

吉田：嗯。那，我先走了。

Hết giờ làm việc, hai đồng nghiệp đang nói chuyện thì sếp gọi.

Yoshida: Đã 6 giờ rồi. Chuẩn bị về không?

Brown: Ừ, mình muốn về lắm, nhưng chắc 1 tiếng nữa mới về được.

Y: Úa, đang làm gì vậy?

Sếp: Brown à, anh nhờ một chút.

B: Vâng, em đến ngay ạ. Xin lỗi, có gì ngày mai nói tiếp nhé.

Y: Ừm, vậy mình về trước nhé.

May ran into a friend, Ms. Nguyen, when she was in a hurry to go to the interview.

Nguyen: May, long time no see. You seem to be busy with job hunting recently.

May: Yes. Sorry for not contacting you for a long time.

N: That's OK. You are in the middle of job hunting.

M: I'm in a hurry today. Sorry but I need to go.

N: OK. Let's get together after the job hunting is done.

M: OK. See you then.

急着去面试的时候，遇到了朋友。

古安：芽衣。好久不见。最近找工作很忙吧。

芽衣：嗯。一直没联系你，抱歉啊。

古安：找工作没办法啦。

芽衣：今天有点急。抱歉我得先走了。

古安：嗯。等你找完了再慢慢聚聚。

芽衣：嗯，先撤了！

Đang vội đi phỏng vấn thì gặp bạn.

Nguyễn: Ôi Mây, lâu quá không gặp. Gần đây hình như bận đi tìm việc phải không?

Mây: Ừm, xin lỗi cậu nhé, không liên lạc cho cậu được.

N: Đi tìm việc bận mà, mình hiểu. Phải chịu thôi.

M: Hôm nay mình đang vội tí. Xin lỗi mình đi trước nhé.

N: Ừm, tìm được việc có gì gặp nói chuyện nhiều nhé.

M: Ừm, vậy nhé!

Ms. Kim was in a hurry to get to her first period class when she ran into her landlord.

Landlord: Ms. Kim, you are studying hard, aren't you? Your Japanese has improved.

Kim: Thank you very much. It is still not too easy but ...

L: Studying foreign languages is not that easy, is it? Some people say Korean and Japanese are similar, so it is easy, but in fact it is difficult, isn't it?

K: Yes, ... Well, I'm sorry, I'd like to talk with you, but I need to go to the first period class today ...

L: Oh, you are in a hurry. Sorry, sorry.

K: I'm sorry. I will talk to you again soon. Excuse me.

赶着去上第一节课，遇到了房东。

房东：金。你很学习很努力啊。日语进步了呢。

金：谢谢。不过还是有点困难…。

房东：学外语确实不容易。有人说韩语和日语挺像，所以学起来容易些，但其实也挺难吧。

金：是啊…。那个，抱歉，我挺想和您聊的，但是今天的课是早上第一节的课…。

房东：啊，你在赶时间啊。抱歉抱歉。

金：不好意思。下次和您慢慢聊…。先失陪了。

Đang vội đến lớp giờ đầu thì gặp chủ nhà.

Chủ nhà: Kim cố gắng nhiều nên tiếng Nhật tiến bộ rất nhiều.

Kim: Cám ơn bác, nhưng vẫn còn kém lắm ạ...

Chủ nhà: Học ngoại ngữ không dễ mà. Cũng có người nói tiếng Nhật và tiếng Hàn Quốc giống nhau nên dễ học nhưng thật ra rất khó phải không?

K: Dạ, đúng rồi ạ. Xin lỗi bác và anh, em muốn nói chuyện nhiều nhưng hôm nay em có giờ học tiết 1 nên...

Chủ nhà: À, em đang vội à. Xin lỗi xin lỗi.

K: Xin lỗi mọi người. Có gì lần sau nói chuyện nhiều ạ. Em xin phép đi trước ạ.

●会話に割り込む

28 同僚と話している上司に話したいことがあります。

山　本：課長、お話し中、失礼いたします。

課　長：あ、山本さん、どうしたの？

山　本：はい、保育所から連絡がありまして…。

課　長：何かあったんですか？

山　本：実は、子どもがケガをしたらしいんです。すみませんが、帰宅させ
　　　　ていただいてもよろしいでしょうか。

課　長：もちろんですよ、お子さんお大事に。

---

29 電車の中でおしゃべりしていた二人にリーさんが話しかけました。

山　本：今日の会議、おもしろかったね。

木　村：うん。あの新入社員の田中さん、よく冗談言うけど、頭よさそう
　　　　だね。

山　本：そうそう。新入社員研修でも目立ってたらしいよ。

リ　ー：すみません、ちょっといいですか？　渋谷はまだ先ですか？

山　本：えっと、渋谷はこの先三つ目です。

リ　ー：そうですか。ありがとうございます。

---

30 クリスさんは、グエンさんと話している先生に質問したいです。

先　生：グエンさん、来週の試験の内容って告知しましたよね？

グエン：あ、はい。ウェブサイトに載っていたと思いますが…。

先　生：あ、よかった。じゃ、みんな知っていますね。

クリス：先生、グエンさん、お話し中すみません。先生に急いでお聞きし
　　　　たいことが…。

グエン：あ、どうぞどうぞ。

先　生：クリスさん、何でしょう。

Ms. Yamamoto needs to talk to her boss, who is talking with his colleague.

Yamamoto: Sorry for interruption, may I talk to you?

Section manager: Oh, Ms. Yamamoto, what happened?

Y: I heard from the nursery school ...

S: Did something happen?

Y: I heard that my child got injured. I am sorry, but would it be OK for me to leave now?

S: Of course. Please take care of your child.

想和正在与同事在说话的上司谈事。

山本：科长、不好意思打断一下你们说话。

课长：是山本啊。怎么了?

山本：是、我收到了托儿所那边的通知…。

课长：出了什么事吗?

山本：说是孩子受伤了。抱歉、我可以提前回去吗?

课长：当然、孩子身体要紧。

Muốn nói chuyện nhưng sếp đang nói chuyện với một đồng nghiệp khác.

Yamamoto: Em xin lỗi làm phiền sếp trong lúc đang nói chuyện.

Sếp: À, có chuyện gì vậy Yamamoto?

Y: Dạ, ở nhà trẻ gọi điện thoại đến...

Sếp: Có chuyện gì hả?

Y: Dạ, người ta báo con em bị thương. Em xin phép về sớm được không ạ?

Sếp: Được chứ. Em chăm sóc cho cháu nó nhé.

Mr. Lee spoke to the two people, Ms. Yamamoto and Mr. Kimura, who were chatting with each other on the train.

Yamamoto: Today's meeting was fun, wasn't it?

Kimura: Yeah. The new employee, Mr. Tanaka, seems smart, although he is often joking.

Y: That's right. I heard he stood out during the new employees' training.

Lee: Excuse me, may I ask you a question? Is Shibuya still a little further away?

Y: Well, Shibuya is the third station from here.

L: Is that so? Thank you very much.

李向刚才在电车中聊天的两个人搭话。

山本：今天的会、还挺有趣的。

木村：嗯、那个新员工田中、虽然总开玩笑、但看起来挺聪明的。

山本：对对。听说他在新员工培训中也很出众呢。

李：不好意思。可以问一下吗?还有多远能到涩谷?

山本：嗯、涩谷还有三个站。

李：这样啊。谢谢你。

Lee bắt chuyện với hai người đang nói chuyện trên xe điện.

Yamamoto: Buổi họp hôm nay thật thú vị.

Kimura: Dạ, người mới tên Tanaka hay nói đùa nhưng trông sáng dạ đấy.

Y: Đúng đấy, nghe nói trong lúc đào tạo cậu ấy cũng nổi trội lắm.

Lee: Xin lỗi cho tôi hỏi, sắp đến Shibuya chưa ạ?

Y: À, Shibuya từ chỗ này trở đi ở ga thứ ba nhé.

L: Thế à. Xin cảm ơn.

Chris wants to ask a question to the professor who is talking with Ms. Nguyen.

Professor: Ms. Nguyen, the contents of the exam held next week have been noticed, right?

Nguyen: Oh, yes, I think it is on the website ...

P: Oh, good. Then, everyone knows about that, right?

Chris: Professor and Ms. Nguyen, sorry to interrupt you while you are talking to each other. I have something to ask Professor right now ...

N: Oh, please go ahead.

P: Chris, what would you like to ask?

克里斯想和正在和古安说话的老师提问。

老师：古安、下周考试的内容、有通知过你吧?

古安：啊、是的。我记得在网站上面有发布过…。

老师：那太好了。那大家应该都知道了。

克里斯：老师、古安、不好意思打断你们说话。我有急事想问一下老师…。

古安：啊请问请问。

老师：克里斯、是什么事?

Giáo viên đang nói chuyện với Nguyễn thì Chris muốn hỏi chuyện giáo viên.

Giáo viên: Nguyễn à, thầy đã thông báo nội dung thi tuần sau rồi phải không?

Nguyễn: Dạ vâng, ở trên mạng có đăng rồi thầy ạ...

Giáo viên: Tốt quá, vậy thì mọi người đều biết thông tin cả.

Chris: Thầy ơi, Nguyễn ơi, xin lỗi làm phiền hai người nói chuyện, em có chuyện gấp muốn hỏi thầy...

Nguyễn: Không sao, cậu nói đi.

Giáo viên: Có chuyện gì vậy Chris?

31 授業後、先生に参考資料について質問しています。

山　口：先生、すみません。質問があるんですが。

先　生：はい、何でしょうか。

山　口：先ほどの授業の中で紹介された資料をコピーできますか？

先　生：あ、その資料は図書館にあるので、そこでコピーしてください。

山　口：わかりました。ありがとうございました。

先　生：いいえ。

32 上司に会議の時間について質問しています。

小　林：すみません。今ちょっとお時間よろしいですか？

上　司：いいですよ。何でしょうか。

小　林：来週の会議は、どのくらい時間をみておいたらいいですか？

上　司：そうですね、1時間半ぐらいでいいんじゃないでしょうか。

小　林：わかりました。では、みなさんに会議開催のメールを送っておきます。

上　司：はい、お願いします。

33 旅行中、駅員に電車についてたずねています。

小　林：ちょっと伺いたいんですけど、次の「快速」は大町駅に止まりますか？

駅　員：いいえ、大町駅は「普通」しか止まりません。

小　林：じゃ、次の「普通」まで、あと1時間もありますよね。

駅　員：そうですね。急いでいらっしゃるようなら、「快速」に乗って下山駅で降りて、そこからバスで行くといいですよ。

小　林：ああ、そうですか。ありがとうございます。

駅　員：いいえ。

After class, Ms. Yamaguchi is asking the teacher regarding the reference materials.

下课后，向老师提问关于参考资料的问题。

Sau giờ học, hỏi giáo viên về tài liệu tham khảo.

Yamaguchi: Excuse me. I have a question.

山口: 老师，不好意思，我有些问题想问。

Yamaguchi: Thầy ơi, cho em hỏi ạ?

Teacher: Yes, what is it?

老师: 嗯，是什么呢？

Giáo viên: Có chuyện gì vậy em?

Y: May I copy the material you introduced during the class?

山口: 刚才上课时您介绍的资料我可以打印吗？

Y: Em có thể phô-tô tài liệu thầy giới thiệu trong giờ học lúc nãy không?

T: Oh, that material is in the library, so go ahead and make a copy there.

老师: 喔，这个资料在图书馆里有，你可以在那打印。

Giáo viên: À, tài liệu đó có ở trong thư viện, em phô-tô ở đó đi.

Y: I understand. Thank you very much.

山口: 好的，谢谢您。

Y: Dạ vâng ạ. Cám ơn thầy.

T: You're welcome.

老师: 不客气。

Giáo viên: Không có chi.

Ms. Kobayashi is asking her boss about the meeting time.

关于会议的时间向上司询问。

Hỏi sếp về thời gian cuộc họp.

Kobayashi: Excuse me. Do you have a minute?

小林: 不好意思。您现在有时间吗？

Kobayashi: Xin lỗi sếp ạ. Cho em xin chút thời gian được không ạ?

Boss: I do. What is it?

上司: 有的。什么事？

Sếp: Được em. Có chuyện gì vậy em?

K: About how much time do we need for the meeting next week?

小林: 下周的会议，我们需要预留多少时间呢？

K: Cuộc họp tuần sau, sếp nghĩ thời gian họp khoảng bao lâu thì được ạ?

B: Well, it should be about one and a half hours, I think.

上司: 嗯，我觉得1个半小时应该够了。

Sếp: Ừm, để xem. Khoảng 1 tiếng rưỡi là vừa.

K: I understand. Then I will e-mail everyone regarding the meeting to be held.

小林: 好的，明白了。那到时候我给大家发送会议通知邮件。

K: Vâng ạ. Vậy em sẽ gửi email thông báo cho mọi người về buổi họp này nhé.

B: Yes, please.

上司: 好的，麻烦你了。

Sếp: Nhờ em nhé.

During the trip, Ms. Kobayashi is asking the station staff about the train.

在旅行中，向站务员咨询电车的事情。

Đang đi du lịch thì Kobayashi hỏi nhân viên nhà ga về thông tin tàu.

Kobayashi: I have a question. Will the next "rapid" train stop at Ohmachi station?

小林: 我想问一下。下一辆"快速列车"会停在大町站吗？

Kobayashi: Anh cho tôi hỏi một chút ạ. Tàu "tốc hành" tiếp có dừng ở ga Omachi không?

Station staff: No, only "local" train stops at Ohmachi station.

站务员: 不，大町站只有"普通列车"停靠。

Nhân viên nhà ga: Không chị à, Ga Omachi chỉ tàu "thường" mới dừng thôi.

K: Then, there is one hour before the next "local" train, right?

小林: 那，下一班"普通列车"还有一个小时对吧？

K: Vậy phải mất 1 tiếng nữa mới có tàu "thường" à.

S: That's right. But if you are in a hurry, get on the "rapid" train and get off at Shimoyama station, then take a bus from there.

站务员: 是的，如果您着急的话，可以搭乘"快速列车"到下山站下车，然后从那里坐公交车去。

Nhân viên nhà ga: Đúng rồi chị. Nếu chị vội thì chị đi tàu "tốc hành" đến ga Shimoyama rồi chị xuống đón xe buýt đi thì nhanh hơn.

K: Oh, is that right? Thank you very much.

小林: 啊，这样啊。谢谢您。

K: Ồ, thế à! Cám ơn anh.

S: You're welcome.

站务员: 不客气。

Nhân viên nhà ga: Dạ không có gì ạ.

●説明を求める

★★★★☆ 🔊 12

34 学校の事務室に入学手続きに来ました。

ニック：すみません、これ、入学手続きの書類です。

事務員：はい、ありがとうございます。身分証明書を見せてください。

ニック：すみません、身分…何のことでしょうか。

事務員：身分証明書。ＩＤのことです。パスポートか在留カードがありましたら、お願いします。

ニック：ああ、そうですか。はい、在留カード持ってます。これです。

事務員：はい、ありがとうございます。［書類を確認して］はい、これで手続き完了です。

- -

35 クラスメートが友人の噂話をしています。

鈴 木：マイちゃん、今話題の超高級レストランに行ったんだって。

グエン：へー。で、どうだったって？

鈴 木：残念ながら、イマイチだったらしいよ。

グエン：「イマイチ」って何？　わからないんだけど。

鈴 木：ああ、ごめん。期待してたほどじゃなかったんだって。

グエン：ふーん。そういうとき、「イマイチ」を使うんだね。

- -

36 銀行で口座開設の手続きをしています。

グエン：恐れ入ります。ここには何を書けばいいんでしょうか。

銀行員：えっと、そこは在留期間満了日を書いてください。

グエン：あのう、満了日というのは何のことでしょうか。

銀行員：在留期間が終わる日のことですよ。

グエン：あー、なるほど。うーん、覚えていないんですが…。

銀行員：お客さまの在留カードに書かれているはずですよ。

Nick came to the school office for admission procedures.	来学校的事务室办理手续。	Đến làm thủ tục nhập học tại văn phòng trường.
Nick: Excuse me, here is the document for admission procedure.	尼克: 对不起，这是入学手续的文件。	Nick: Xin lỗi, em muốn nộp hồ sơ nhập học.
Clerk: Yes, thank you very much. Please show me your identification certificate.	事务职员: 好的。谢谢。请出示身份证明。	Nhân viên: Cám ơn em. Em cho chị xin giấy chứng minh.
N: I'm sorry, "mibun" (social status) and ... what is it?	尼克: 抱歉。身份证明…。是指什么？	N: Dạ, xin lỗi chị... "mibun..." là gì vậy ạ?
C: Identification certificate. It's an ID. If you have your passport or residence card, please show it to me.	事务职员: 身份证明。就是ID。如果您有护照或在留卡，请出示。	Nhân viên: "Mibun shomeisho (giấy chứng minh)" nghĩa là ID đó em. Nếu em có hộ chiếu hay thẻ cư trú thì cho chị xem nhé.
N: Oh, that is what you mean. Yes, I have a residence card. Here it is.	尼克: 啊。是这样啊。好的。我有在留卡。这是我的。	N: À, vậy hả chị. Dạ, đây là thẻ cư trú của em. Đây ạ.
C: Yes, thank you very much. [Confirming the document] Yes, now your admission procedures are complete.	事务职员: 好的。谢谢。[确认文件]好的。手续已经完成。	Nhân viên: Cám ơn em. (Kiểm tra hồ sơ), thủ tục nhập học của em xong rồi.

The classmates, Ms. Suzuki and Ms. Nguyen are gossiping about their friend.	同班同学在闲聊关于朋友的事。	Bạn trong lớp bàn tán với nhau về chuyện bạn bè.
Suzuki: I heard Mai went to the popular ultra-luxury restaurant.	铃木: 听说芽衣昨天去了现在很有人气的超高级餐厅。	Suzuki: Nghe nói Mai đi ăn ở nhà hàng siêu cao cấp đang hot hiện nay.
Nguyen: Really? So how was it?	古安: 哇。那，怎么样了？	Nguyen: Sao? Cậu ấy nói nó như thế nào?
S: Unfortunately, I heard it was "imaichi."	铃木: 很遗憾，好像说是不怎么样。	S: Không giống như tin đồn, nghe nói là "imaichi" lắm.
N: What is "imaichi"? I don't know what it is.	古安: "不怎么样"是什么意思? 我不太明白。	N: "Imaichi" là gì vậy? Tớ không hiểu.
S: Oh, I'm sorry. It means that it was not as good as she had expected.	铃木: 啊，抱歉。就是好像没达到预期的水准。	S: À, xin lỗi. Có nghĩa là không giống như mình mong đợi ấy mà.
N: Oh well. For such situations, you use "imaichi."	古安: 这种情况下，用"不怎么样"啊。	N: Ra là vậy, những lúc như thế dùng "imaichi" à.

Ms. Nguyen is doing the procedures for opening an account at the bank.	在银行开设新卡。	Làm thủ tục mở tài khoản ngân hàng.
Nguyen: Excuse me, could you tell me what to write here?	古安: 不好意思打扰了。在这里写什么好呢？	Nguyễn: Anh cho em hỏi, chỗ này thì mình ghi gì ạ?
Banker: Well, please write the "manryobi" of your period of stay.	银行员工: 嗯。那里请写您的在留期满日期。	Nhân viên ngân hàng: Để anh xem. Ở đó em ghi "zairyukikan manryoubi" (ngày hết hạn cư trú) nhé.
N: Excuse me, what is "manryobi"?	古安: 那个，所谓的"满了日期"是什么意思呀？	N: Dạ, "manryoubi" là gì vậy ạ?
B: That is the date when the period of your stay ends.	银行员工: 指的是您的在留期限结束的日期。	Nhân viên ngân hàng: Có nghĩa là ngày hết hạn cư trú đó em.
N: Oh, I see. Well, I don't remember the date ...	古安: 啊，我明白了。嗯，抱歉，我不记得了…。	N: À, thì ra là vậy. Nhưng..., em không nhớ ạ...
B: It should be written on your residence card.	银行员工: 应该是在您的在留卡上有写着。	Nhân viên ngân hàng: Thông tin đó có ghi trên thẻ cư trú của em đó.

45

●繰り返しを求める

★★★★☆ 🔊 **13**

37 母親と部活について話しています。

正　太：ねえ、ちょっと、聞いてる？

母　：えっ？　あ、ごめん。ちょっと考えごとしてた。

正　太：もう…。やだなあ。

母　：なになに？　もう一回。

正　太：今週から部活の特別トレーニングが始まるから遅くなるよ。

母　：うん、わかった。

- -

38 同僚から電話がありました。

吉　田：今日は出先からこのまま帰ります。

小　林：わかりました。

吉　田：それで、山本さんに明日14時までに会議の資料を23部準備し
ておいてと伝えてもらえますか？　それから…。

小　林：あ、メモをとりますので、ちょっと待っていただけますか？

吉　田：はい。

小　林：[メモ帳を準備して] すみません。もう一度お願いできますか？

- -

39 健康セミナーで睡眠について聞いています。

講　師：ノンアルコールビールが睡眠によいことがわかりました。なぜで
しょう。

参加者1：アルコールは深い睡眠を邪魔するそうですね。

講　師：はい。でもビールに含まれているガンマアミノ酪酸が睡眠にいい
んです。

参加者2：すみません。何がいいか、ちょっと聞き取れなかったんですが。

講　師：ガンマアミノ酪酸、GABAともいいます。

参加者2：ああ、GABAですね。ありがとうございます。

Shota is talking with his mother about his club activities.

Shota: Hey, are you listening?

Mother: What? Oh, sorry, I was just thinking about something.

S: Oh, no ... I'm mad.

M: What was it? Tell me again.

S: Starting this week, a special training will begin with the club activity, so I'll be home late.

M: OK, I got it.

| | |
和母亲在说社团的事。

正太: 喂，你有在听吗?

母亲: 诶? 啊，抱歉。我刚在想事情。

正太: 唉…。算了吧。

母亲: 什么什么? 再说一遍。

正太: 这周社团的特别训练期开始了，我回来得会比较晚。

母亲: 嗯，知道了。

Nói chuyện với mẹ về hoạt động câu lạc bộ.

Shota: Nè, mẹ, mẹ có nghe con nói không?

Mẹ: Gì? À, mẹ xin lỗi, mẹ đang suy nghĩ tí việc.

S: Trời ơi, ghét thế.

Mẹ: Sao, chuyện gì? Nói lại lần nữa xem.

S: Từ tuần này trở đi con bắt đầu tập luyện ở câu lạc bộ nên sẽ về trễ.

Mẹ: Ừ, biết rồi.

Ms. Kobayashi received a phone call from her co-worker, Mr. Yoshida.

Yoshida: I'm going home now without returning to the office.

Kobayashi: All right.

Y: So, would you notify Ms. Yamamoto to prepare 23 copies of the meeting material by 2 pm tomorrow? And ...

K: Could you please wait a second? I'll take notes.

Y: Yes.

K: [Preparing to write some notes] Sorry, could you please tell me again?

同事来电话了。

吉田: 今天我出完外勤后就直接回家了。

小林: 好的。知道了。

吉田: 能麻烦你转告山本先生，明天下午2点前准备好23份会议资料吗? 还有…。

小林: 啊，我记下笔记。能请您稍等我一下吗?

吉田: 好的。

小林: [准备好笔记本] 不好意思，请麻烦您再说一遍吗?

Có điện thoại từ đồng nghiệp.

Yoshida: Hôm nay mình từ chỗ khách về thẳng luôn.

Kobayashi: Mình biết rồi.

Y: À, Nhắn với cô Yamamoto chuẩn bị trước 23 bộ tài liệu họp trước 14 giờ ngày mai giùm mình nhé. Rồi...

K: Ôi, đợi mình một chút để mình ghi chú lại.

Y: Ừm.

K: (Lấy sổ ghi chú lại) Nói lại giúp mình một lần nữa nhé.

At the Health Seminar, participants are asking the lecturer some questions about sleep.

Lecturer: It is known that non-alcoholic beer helps sleeping. Why?

Participant 1: I heard that alcohol interrupts deep sleep.

L: Yes. But gamma-aminobutyric acid that is included in beer is good for sleeping.

Participant 2: Excuse me, I was not able to catch what is good.

L: Gamma-aminobutyric acid. It is also called GABA.

P2: Oh, it is GABA. Thank you.

在健康研讨会上咨询关于睡眠的事。

讲师: 已经发现了无酒精啤酒对睡眠有益的事实。为什么呢?

参加者1: 听说酒精会影响深度睡眠。

讲师: 是的。但啤酒中含有的γ-氨基丁酸对睡眠有益。

参加者2: 不好意思。您说的是什么有益，我听说不太清楚。

讲师: γ-氨基丁酸，也称为GABA。

参加者2: 啊，是GABA啊。谢谢。

Đang tham dự hội thảo về sức khỏe để tài giấc ngủ.

Giảng viên: Người ta biết được bia không cồn tốt cho giấc ngủ. Các anh chị có biết tại sao không?

Người tham dự 1: Nghe nói là cồn thì làm ảnh hưởng đến giấc ngủ.

Giảng viên: Đúng rồi, nhưng trong bia có chứa Axit Aminobutyric tốt cho giấc ngủ.

Người tham dự 2: Xin lỗi cô ạ. Cái gì tốt ạ? Em nghe không rõ ạ.

Giảng viên: Axit Aminobutyric, hay cũng còn gọi là GABA.

Người tham dự 2: À, thì ra là GABA. Cảm ơn cô ạ.

●理解できないと伝える

★★★★☆ 🔊14

40 授業中に聞き取れなかったことがありました。

ニック：鈴木さん、今日の授業の課題、理解できた？

鈴　木：ああ、論文読んで書きなさいってやつ？

ニック：そう。指定のサイトからダウンロードできるみたいだけど…。

鈴　木：やり方、よく分からなかった？

ニック：そうなんだ。メモしてある？

鈴　木：うん、これ。この手順でダウンロードできるって。

---

41 病院の受付で問診票を記入しています。

受　付：こちらの用紙にご記入ください。

ニック：あ、すみません。ちょっと読めない部分があるんですが…。

受　付：英語の用紙のほうがよろしいですか？

ニック：はい、英語のがあったら、お願いします。

受　付：少々お待ちください。はい、こちらです。英語で記入してもかまいません。

ニック：ありがとうございます。

---

42 服屋にシャツの返品に来ました。

グエン：あのう、このシャツを返品したいんですが…。これ、レシートです。

店　員：お客さま、申し訳ございませんが、こちらの返品はお受けできないのですが。

グエン：えっ、昨日買ったばかりだし、レシートもここに…。

店　員：商品がご購入時と同じ状態であれば、お受けできるんですが…。

グエン：あ、タグを取ってしまったからですか？

店　員：はい、そうなんです。申し訳ございません。

There was something that Nick was not able to understand during the class.	在课上没听清某件事。	Trong giờ học có cái nghe không hiểu.
Nick: Ms. Suzuki, were you able to understand the assignment of today's class?	尼克: 铃木, 你理解了今天课堂上的课题吗?	Nick: Suzuki ơi, bài tập trong giờ học hôm nay cậu hiểu không?
Suzuki: Oh, it is about writing a paper by reading the thesis, right?	铃木: 啊, 就是让我们读论文然后写的那个?	Suzuki: À, bài tập về đọc và viết luận văn hả?
N: Yes. It seems that we can download the thesis from a designated site ...	尼克: 对. 好像是可以从指定的网站下载的, 但是…。	N: Đúng rồi, hình như có thể download từ trang web chỉ định nào đó phải không...
S: You couldn't really understand how to do it?	铃木: 你不太明白怎么做吗?	S: Cậu không biết cách làm hả?
N: No, I could not. Did you make notes?	尼克: 对。你有记笔记吗?	N: Ừm, cậu có ghi chú lại không?
S: Yes, here it is. You can download with this procedure.	铃木: 嗯, 这个。说是按这个步骤来下载。	S: Có, đây này. Cô bảo có thể download theo trình tự này.

Nick is filling the patient form at the hospital reception.	在医院的挂号处写病例表。	Ghi phiếu khám ở quầy nhận bệnh tại bệnh viện.
Reception: Please fill in this paper.	接待处: 请在这张纸上填写。	Tiếp tân: Em viết thông tin vào phiếu này đi.
Nick: Excuse me. There are some parts that I am not able to read ...	尼克: 啊, 抱歉。有一部分我看不懂…。	Nick: Dạ, nhưng có chỗ em không đọc được ạ.
R: Would you prefer English paper?	接待处: 需要英文版的表格吗?	Tiếp tân: Em có muốn giấy bằng tiếng Anh không?
N: Yes, if you have an English one, please let me use it.	尼克: 如果有英文版的话, 麻烦给我一份。	N: Dạ, nếu có tiếng Anh thì cho em xin ạ.
R: Wait a second. Yes, it is this one. You can fill it out in English.	接待处: 请稍等。这是英文版的表格, 您可以用英文填写。	Tiếp tân: Đợi chị một chút nhé. Đây em. Em ghi bằng tiếng Anh cũng không sao.
N: Thank you very much.	尼克: 谢谢。	N: Cám ơn chị.

Ms. Nguyen came to the clothing store to return the shirt.	来服装店退货。	Trả lại quần áo ở cửa hàng thời trang.
Nguyen: Excuse me, I'd like to return this shirt ... Here is the receipt.	古安: 对不起, 我想要退这件衬衫…。这是收据。	Nguyễn: Anh ơi, em muốn trả lại áo sơ mi này. Đây là hóa đơn mua hàng ạ.
Shop keeper: I am sorry but we are not able to accept returns for this item.	店员: 非常抱歉, 我们这边没有办法给您退货。	Nhân viên: Em ơi, thành thật xin lỗi nhưng sản phẩm này không đổi trả được.
N: What? I just bought it yesterday and have a receipt here ...	古安: 诶, 我昨天才买的, 而且收据也在这里…。	N: Sao vậy anh? Em mới mua hôm qua mà, còn cả hóa đơn nữa.
S: We can accept it if it is in the same condition as when purchased ...	店员: 如果商品和购买时是完全一样的状态, 我们是可以接受的…。	Nhân viên: Nếu sản phẩm giống như tình trạng lúc mua thì mới có thể đổi được nhưng...
N: Oh, it is because I took off the tag?	古安: 啊, 是因为我把标签取掉了吗?	N: Ôi, có phải do em bỏ cái tem mác quần áo đi không ạ?
S: Yes, that is it. I am sorry.	店员: 是的, 非常抱歉。	Nhân viên: Đúng rồi em. Chúng tôi thành thật xin lỗi.

49

◉感情を伝える

43 一人暮らしを始めた友だちに電話して、近況について聞いています。

友　太：もしもし、メイ？　久しぶり。元気？

メ　イ：ああ、友太？　久しぶり。元気だよ。

友　太：初めての一人暮らしで、さびしくない？

メ　イ：まあ、ちょっとさびしいときもあるけど、自由を楽しんでるよ。

友　太：そう。どうしてるかなって思って電話してみた。

メ　イ：そうなんだ。心配してくれてありがとう。

---

44 先週の豪雨について話しています。

先　生：先週の雨はひどかったですね。

友　太：雨の音がすごくてびっくりしました。

先　生：そうでしたね。寮は大丈夫でしたか？

友　太：はい。でも、前の道路が川のようになって、怖かったです。

先　生：わー。それは心配でしたね。

友　太：でも、朝には雨がやんでいたので、安心しました。

---

45 同僚と転勤が決まったことについて話しています。

山　本：人事発表見たよ。今度、福岡の支店だって？

吉　田：そう。来月引っ越しなんだ。

山　本：福岡に行きたいって言ってたから、うれしいでしょ。

吉　田：うん。でも、今のプロジェクトから外れるのはちょっと残念かなあ。

山　本：そうだね。頑張ってたもんね。

吉　田：まあ、うれしい気持ちのほうが大きいけどね。

Yuta called his friend May who started living on her own, to ask how she is doing.

给开始一个人生活的朋友打电话问问近况。

Gọi điện hỏi thăm tình hình bạn mới chuyển ra sống một mình.

Yuta: Hello, May? It's been a while. How are you?

友太：喂，是芽衣吗？好久不见。还好吗？

Yuta: A lô, Mây há? Lâu quá không gặp, cậu khỏe không?

May: Oh, Yuta? Long time, no see. I'm doing fine.

芽衣：啊，友太？好久不见。我很好啊。

Mây: A, Yuta? Lâu quá không gặp? Mình khỏe.

Y: Are you lonely, living by yourself?

友太：第一次一个人生活，不感到孤单吗？

Y: Mới ra ở một mình, có buồn không?

M: Well, I get lonely sometimes, but I'm enjoying freedom.

芽衣：嗯，有时候会有点孤独，不过我也在享受自由哦。

M: Ừm, cũng có lúc buồn, nhưng được cái tự do.

Y: Is that right? I called you as I was wondering how you are.

友太：是吗？我在想你最近怎么样，所以打了个电话给你。

Y: Thế à, tự nhiên nghĩ không biết cậu thế nào rồi nên gọi hỏi thăm.

M: I see. Thank you for thinking of me.

芽衣：是嘛。谢谢你担心我。

M: Thế à, cám ơn cậu quan tâm mình nhé.

The teacher and Yuta are talking about last week's heavy rain.

在聊关于上周的大雨。

Nói chuyện về trận mưa to tuần trước.

Teacher: We had such a heavy rain last week, didn't we?

老师：上周的雨真是太猛了。

Giáo viên: Trận mưa tuần trước ghê thiệt.

Yuta: I was surprised at how loud the rain sounded.

友太：雨声很大，吓了我一跳。

Yuta: Tiếng mưa to kinh khủng làm em giật cả mình cô à.

T: That's true. Was your dormitory OK?

老师：是啊。宿舍没事吧？

Giáo viên: Đúng rồi. Ký túc xá có sao không?

Y: Yes, but the road in front of the dormitory was like a river, which was scary.

友太：嗯。不过，前面的道路变成了小河一样，很可怕。

Y: Dạ, không sao ạ. Nhưng đường đằng trước giống như sông, ghê lắm cô ạ.

T: Oh, you must have been worried.

老师：哇。那真是令人担心啊。

Giáo viên: Trời, ghê vậy. Như thế thì lo thật.

Y: But when it stopped raining in the morning, I felt relieved.

友太：不过，早上雨停了后就放心了。

Y: Nhưng sáng ra thì mưa tạnh nên cũng yên tâm.

Ms. Yamamoto and her co-worker Mr. Yoshida, are talking about his transfer that has been decided.

同事工作调动的事决定了。

Nói chuyện với đồng nghiệp về việc chuyển công tác.

Yamamoto: I just saw the personnel announcement. You will be transferred to Fukuoka Branch this time?

山本：我看到了人事通知。接下去是转到福冈分店吗？

Yamamoto: Em xem thông báo của nhân sự rồi. Lần này anh chuyển đến chi nhánh Fukuoka há?

Yoshida: Yes, I will be moving next month.

吉田：是的。下个月要搬家了。

Yoshida: Đúng rồi. Tháng sau mình dọn nhà.

Ya: You must be happy as you said you wanted to go to Fukuoka.

山本：你之前说过想去福冈，所以这次应该挺高兴吧。

Ya: Anh nói anh muốn đi Fukuoka nên chắc là vui phải không?

Yo: Yes, but I am a little disappointed to leave the current project.

吉田：是的。不过，离开现在的项目还是挺遗憾的。

Yo: Ừm, nhưng phải bỏ ngang dự án bây giờ nên hơi tiếc một chút.

Ya: That's true. You were trying hard.

山本：是啊。你一直很努力呢。

Ya: Thật, anh cố gắng rất nhiều mà.

Yo: Oh well, happy feeling is greater.

吉田：嗯，当然高兴的心情更多一些。

Yo: Nhưng mà cảm giác vui thì vẫn nhiều hơn.

●好き嫌いを言う

★★★★☆

46 友人同士がクラスメートについて話しています。

友 太：ねえ、浅田さんて感じいいよね。もっと仲良くなりたいな。

メ イ：そう？　私はちょっと苦手。

友 太：えっ、どうして？

メ イ：すごく自信があって、何でもはっきり言うでしょう？　引け目を感じちゃうんだ。

友 太：へー、そうなんだ。でも、やさしい人だと思うな。

メ イ：それはそうなんだけど…。

---

47 ホストマザーとペットの好き嫌いについて話しています。

ホストマザー：ニックさんは犬派？　それとも猫派？

ニック：僕は断然猫派です。お母さんが猫を飼ってくれたらうれしいなあ。

ホストマザー：それはちょっと無理ね。猫アレルギーがあるから。

ニック：そうなんですか。残念…。

ホストマザー：私は犬を飼いたいって思ってるんだけど、どう思う？

ニック：い、犬ですか？　やめてください！　怖いです。

---

48 上司と自社製品の宣伝用ポスターのデザインについて話しています。

山 本：課長、宣伝用ポスターの試作品ができてきました。いかがでしょう。

課 長：うーん、この中ではCがいいかな。モデルの笑顔が自然で。

山 本：そうですか。スタッフにはAも人気があったんですが。

課 長：新製品が前面に出ているのはいいけど、背景が暗すぎるかな。

山 本：そうですか。では、背景の色を調節してみます。

課 長：うん、それがいい。Bはインパクトに欠けるから、AとCに絞って再検討しよう。

Yuta and May are talking about their classmate.

Yuta: Hey, Ms. Asada seems like a pleasant person. I'd like to get along well with her.

May: Is that right? I don't like her.

Y: Oh, why not?

M: She's really self-confident and speaks directly about most things. I feel inferior.

Y: Wow, is that right? But I think she is nice.

M: That is true, but ...

朋友之间在讨论同班同学。

友太：嗯，浅田感觉很好吧。想关系变得更好一点。

芽衣：是吗？我有点不太擅长和她相处。

友太：诶，为什么？

芽衣：她非常自信。而且会直言不讳。我会有点局促不安。

友太：哦，原来如此。但我觉得她是个很温柔的人。

芽衣：嗯，也是啦…。

Bạn cùng lớp nói chuyện với nhau về bạn học.

Yuta: Nè, cậu có thấy Asada được không? Tớ muốn kết thân với cậu ấy hơn nữa.

Mây: Gì? Mình không thích cậu ta lắm.

Y: Ủa, sao vậy?

M: Tự tin thái quá, cái gì cũng nói thẳng. Làm mình cảm thấy tự ti.

Y: Trời, ra là vậy. Nhưng tớ nghĩ cậu ấy là người rất hiền.

M: Biết là biết vậy nhưng...

Nick and his host mother are talking about pets that they like and dislike.

Host mother: Nick, are you a dog lover? Or a cat lover?

Nick: I'm absolutely a cat lover. I'd be very happy if you would have a cat.

H: That would not be possible. I am allergic to cats.

N: Is that right? That's too bad ...

H: I'm thinking of having a dog. What do you think?

N: A dog? Please don't do that! I'm scared of dogs.

和寄宿家庭的母亲聊关于宠物的喜好。

寄宿家庭的母亲：尼克你是狗派？还是猫派？

尼克：我绝对是猫派。如果妈妈能养只猫就好了。

寄宿家庭的母亲：那有点难啊。因为我对猫过敏。

尼克：是吗？太遗憾了…。

寄宿家庭的母亲：我一直在考虑要养只狗，你觉得呢？

尼克：诶，狗吗？拜托不要！我很怕狗。

Nói chuyện với nữ chủ nhà (host mother) về sở thích thú cưng.

Nữ chủ nhà: Nick à, con thích chó hay mèo?

Nick: Con thuộc vào hội thích mèo ạ. Mẹ mà nuôi mèo là con thích lắm đó.

Nữ chủ nhà: Cái đó thì không được con ơi. Mẹ bị dị ứng mèo.

N: Thế ạ. Thế thì tiếc quá...

Nữ chủ nhà: Mẹ định nuôi chó, con nghĩ sao?

N: Ôi, chó hả mẹ? Đừng, đừng. Con sợ lắm.

Ms. Yamamoto is talking with her boss about the design of promotional posters.

Yamamoto: Prototype promotional posters have been created. What do you think of them?

Section manager: Well, among these, I think "C" is the best. The model's smile seems natural.

Y: I see. A was also popular among the staff.

S: It is good that a new product is in front, but I think the background is too dark.

Y: I see. Then I will try adjusting the background color.

S: That sounds good. As B lacks impact, let's focus on A and C and reconsider.

和上司讨论自己公司产品的宣传海报的设计。

山本：科长，宣传海报的样品已经完成了。您觉得如何？

课长：嗯，我觉得这中间C比较好。模特的微笑看起来比较自然。

山本：是吗？员工们对A也挺喜欢的。

课长：虽然新产品很突出，但背景可能太暗了。

山本：这样啊。那我调整一下背景的颜色。

课长：嗯，那样应该还不错。B缺乏冲击力，在A和C上重新讨论一下吧。

Nói chuyện với sếp về thiết kế áp phích quảng cáo sản phẩm công ty.

Yamamoto: Sếp ơi, có mẫu áp phích quảng cáo rồi. Sếp thấy thế nào?

Trưởng nhóm: Ừm... Trong các phương án thì anh thấy C được nè. Người mẫu cười rất tự nhiên.

Y: Thế à sếp. Nhân viên bọn em thì thích phương án A hơn ạ.

Trưởng nhóm: Sản phẩm mới đưa lên trước thì rất tốt nhưng cảnh nền hơi tối.

Y: Vâng ạ. Vậy thì để em thử điều chỉnh màu của cảnh nền.

Trưởng nhóm: Ừ, như thế được đấy. B thì hơi thiếu điểm nhấn. Chốt lại ở phương án A và C rồi chúng ta lại xem xét thêm.

53

●賛成反対を言う
さんせいはんたい　　　い

49 友人同士が旅行の交通手段について相談しています。
ゆうじんどうし　　りょこう　　こうつうしゅだん　　　そうだん

青　木：今度の旅行だけど、車で行かない？
あお　き　　こんど　りょこう　　　くるま　い

木　田：えー。車は時間がかかるし、新幹線のほうが楽じゃない？
き　だ　　　　くるま　じかん　　　　　　しんかんせん　　　らく

青　木：そうなんだけど、観光スポットが離れてるから乗り換えが大変な
あお　き　　　　　　　かんこう　　　　はな　　　　　の　か　　たいへん
んだ。

木　田：ああ、そうか…。でも車だったら行き帰りだけで二日かかるよね。
き　だ　　　　　　　　　くるま　　　い　かえ　　　　ふつか

青　木：じゃあ、新幹線で行って、向こうで車借りる？
あお　き　　　しんかんせん　い　　　む　　くるまか

木　田：ああ、そうだね。まずはどのくらい費用がかかるか調べてみよう。
き　だ　　　　　　　　　　　　　　ひよう　　　　しら

50 会議で新製品の発売について検討しています。
かいぎ　しんせいひん　はつばい　　　　けんとう

田　中：価格については提案どおりでいいでしょうか。
た　なか　かかく　　　　ていあん

小　林：他社製品より高いので、せめて同じ価格にするのはどうでしょう。
こ　ばやし　たしゃせいひん　たか　　　　　　おな　かかく

田　中：製品化までのコストを元にした価格ですので、難しいかと…。
た　なか　せいひんか　　　　　　もと　　　かかく　　　　むずか

小　林：そうですか。わかりました。では高いままで進めましょう。
こ　ばやし　　　　　　　　　　　　たか　　　　すす

田　中：あとは、他社にない特徴で差別化するということで。
た　なか　　　たしゃ　　　とくちょう　さべつか

小　林：そうですね。広告でその点を強調しましょう。
こ　ばやし　　　こうこく　　　てん　きょうちょう

51 ゼミの時間にフィールドワークの日程を決めています。
じかん　　　　　　　　　にってい　き

先　生：フィールドワークの日程は平日と土日、どちらが調整しやすいかな？
せん　せい　　　　　　　　　にってい　へいじつ　どにち　　　　ちょうせい

渡　辺：アルバイトがあるので、できたら土日じゃないほうがいいんですが。
わた　なべ　　　　　　　　　　　　　　どにち

山　口：だけど、平日だったらそれぞれ授業があるので調整が難しいですよ。
やま　ぐち　　　　へいじつ　　　　　　　じゅぎょう　　　ちょうせい　むずか

渡　辺：じゃあ、木曜日の祝日なら、都合がつきやすいんじゃないでしょうか。
わた　なべ　　　もくようび　しゅくじつ　　つごう

山　口：そうですね。私は問題ありません。
やま　ぐち　　　　　わたし　もんだい

渡　辺：じゃあ、そうしましょう。先生、木曜日の祝日はいかがですか？
わた　なべ　　　　　　　　　　せんせい　もくようび　しゅくじつ

Ms. Aoki and Ms. Kida are discussing about travel transportation.

Aoki: For our next trip, why don't we go by car?

Kida: Well, it takes more time by car, so isn't it easy to go by bullet train?

A: That's true, but tourist spots are separated, so changing transportations is not easy.

K: Oh, that's right ... but if we go by car, It takes two days just to go there and back.

A: Then, shall we go by bullet train and rent a car when get there?

K: Oh, yes. First of all, let's check about how much it costs.'

在和朋友商量出行的交通方案。

青木：这次的旅行，我们开车去吧？

木田：呃，开车很费时间吧．新干线不是更轻松嘛。

青木：话是这么说，但是景点之间距离太远，换乘交通工具也很麻烦吧。

木田：啊，也是…．不过如果是开始去的话，光往返就得花上2天误。

青木：那，坐新干线去，到那边借车？

木田：嗯，确实。那先查查费用吧。

Hai người bạn nói chuyện với nhau về phương tiện giao thông du lịch.

Aoki: Đi du lịch lần này, chúng ta đi bằng xe hơi nhé!

Kida: Thôi, đi bằng xe hơi mất thời gian lắm, đi bằng Shinkansen đi cho thoải mái.

A: Thì vậy nhưng cách xa mấy điểm tham quan nên đổi tàu mệt lắm.

K: Ôi, vậy hả? ... Nhưng nếu đi bằng xe hơi thì chỉ đi và về thôi mất 2 ngày rồi nhỉ.

A: Vậy thì đi bằng Shinkansen, rồi đến đó mướn xe thấy thế nào?

K: Ừ, được đó. Đầu tiên dò xem hết bao nhiêu tiền đã.

At the meeting, Mr. Tanaka and Ms. Kobayashi are considering releasing a new product.

Tanaka: Is it OK to keep the price as suggested?

Kobayashi: The price is higher than the products of other companies, so how about making the same price at least?

T: It may be difficult, as this price is based on the cost until commercialization ...

K: I see. I understand. Then let's proceed by keeping the high price.

T: And also, let's distinguish with the features not found in the products of other companies.

K: That sounds good. Let's emphasize that point by advertising.

在会议上讨论新产品的发售。

田中：价格的话，根据提案写的来可以吗？

小林：比其他公司的价格要高，至少定在同一价格怎么样？

田中：根据制成成本来定的价格，有点困难吧…。

小林：这样啊。我知道了。那就按照这个高的价格进行吧。

田中：接下来就是要有一些其他公司没有的特色来突出差别。

小林：确实。在广告上面强调这个点吧。

Xem xét về việc bán sản phẩm mới trong cuộc họp.

Tanaka: Về mặt giá cả, bán theo giá đã đề nghị được mà phải không?

Kobayashi: So với các công ty khác thì mắc hơn, nên tôi nghĩ ít nhất cũng lấy cùng một mức giá phải không?

T: Đây là giá tính dựa trên những chi phí đã phát sinh để sản xuất ra sản phẩm, nên giảm thì thì có lẽ khó...

K: Vậy à? Tôi hiểu rồi. Vậy thì xúc tiến với mức giá cao này.

T: Hơn nữa, sản phẩm của chúng ta có những đặc trưng mà công ty khác không có.

K: Thế à? Vậy chúng ta phải đẩy mạnh quảng cáo điểm này.

During the seminar, the professor and her students are trying to decide the field work schedule.

Professor: Which is easier to arrange for fieldwork schedule: weekdays or weekends?

Watanabe: I have a part time job, so, if possible, I would prefer it not to be on Saturday or Sunday.

Yamaguchi: But we have classes during the week, so it is difficult to adjust.

W: Then, Thursday, public holiday, may be convenient.

Yamaguchi: Yes, I have no problem.

W: Then, let's do so. Professor, how about Thursday, which is public holiday?

在研讨会上讨论实地考察的时间。

老师：实地考察的行程是工作日还是周末，怎么调整比较好？

渡边：我有兼职，如果可以的话，周末会比较好。

山口：但是，工作日的话，大家有各自的课程，会比较难调整哦。

渡边：那，这周四是节假日，应该会比较方便。

山口：确实。我没有问题。

渡边：那，就这么周四吧。老师，周四的节假日，您方便吗？

Trong giờ học, quyết định kế hoạch hoạt động thực địa.

Giáo viên: Lịch hoạt động thực địa, thứ bảy và chủ nhật, ngày nào các em dễ sắp xếp?

Watanabe: Vì em phải làm thêm nên nếu được thì ngày khác ngoài thứ bảy và chủ nhật.

Yamaguchi: Nhưng nếu ngày thường thì mọi người đều có giờ học nên khó sắp xếp lắm.

W: Vậy thì ngày thứ năm là ngày lễ, ngày đó thì dễ để sắp xếp phải không?

Y: Ừm, mình không có vấn đề gì.

W: Tính như vậy nhé. Cô ơi, ngày lễ thứ năm thế nào cô ạ?

ラーメンは日本食?

Is Ramen a Japanese Food?
拉面是日本食品吗?
Ramen có phải món ăn của Nhật Bản không?

★★★★★

see p.146

①	～とか	水戸光圀が初めて食べたとか、横浜の外国人居留地で始まったとか、いろいろな説があります。
②	Nとともに	工業化とともに、労働者を中心に広まりました。
③	Nならでは	その土地ならではのラーメンが作られました。

 モノローグ

18

「人気のある日本食は?」。これは、インターネットのサイトやテレビ番組などでよく見るテーマです。みなさんの答えは寿司? それとも刺身でしょうか。どちらも代表的な日本料理ですが、もう一つ、ベスト3に出てくる日本食にラーメンがあります。

「えっ? ラーメンが日本食?」と思う人もいるかもしれません。その名前から中華料理だと思っている人も少なくないでしょう。歴史を調べてみると、水戸光圀が初めて食べたとか、横浜の外国人居留地で

Grammar → **p.146**
④ Nによって 〈受身の動作主〉
⑤ Nとして
⑥ Nを中心に

Words
テレビ番組：TV program ／电视综艺／ chương trình truyền hình
寿司：Sushi ／寿司／ Sushi
刺身：Sashimi ／刺身／ Sashimi

ベスト3：top three ／前三／ Nhóm 3
中華料理：Chinese dishes ／中国菜系／ món ăn Trung Quốc
水戸光圀：Mito Mitsukuni (a famous person in Japanese history) ／水户光圀(历史上的人物) ／ Mito Mitsukuni (tên một nhân vật lịch sử)
横浜：Yokohama ／横滨／ Yokohama
外国人居留地：a residential area for foreigners ／外国人居住地／ nơi lưu trú người nước ngoài
説：theory ／说法／ thuyết

始まった**とか**、いろいろな説があります。どれも初めは中国人によって
日本に紹介されたとしていますが、私たちが知っているラーメンとは
ずいぶん違うものだったようです。

　今のラーメンに最も近いと考えられるものは、１９１０年頃、東京
の浅草にできた「来々軒」という店の「支那そば」だと言われています。
これが東京ラーメンの始まりで、工業化**とともに**、速い、うまい、腹
持ちする料理**として**労働者**を中心に**広まりました。そして働く人々の
生活に欠かせないものになっていきました。

　「支那そば」、「中華そば」など、いろいろな名前がありましたが、
１９２０年頃に北海道で「ラーメン」と呼ばれるようになったそうで
す。やがて、この名前が日本中に広まり、北海道ラーメンや博多ラーメ
ンなど、その土地**ならでは**のラーメンが誕生しました。

　１９９０年代には日本食の一つとして外国に紹介され、最近で
はラーメンを食べようと日本に来る外国人もいるほど人気の日本食とな
りました。

中国人：Chinese people ／中国人／ người Trung
　　　　Quốc

ずいぶん：very ／非常／ nhiều

浅草：Asakusa ／浅草／ Asakusa

支那そば：Chinese noodle ／中式拉面／ Shina soba

工業化：industrialization ／工业化／ công nghiệp
　　　　hóa

腹持ちする：keeping one satiated ／饱腹／ ăn no,
　　　　chắc bụng

労働者：laborer ／劳动者／ người lao động

欠かせない：indispensable ／不可缺少的／ không
　　　　thể thiếu

北海道ラーメン：Hokkaido ramen ／北海道拉面／
　　　　ramen Hakkaido

博多ラーメン：Hakata ramen ／博多拉面／ ramen
　　　　Hakata

誕生する：be born ／诞生／ ra đời

フォーマル 旅につきもののお弁当
_{たび} _{べんとう}

 19

Situation 社員同士がお弁当について話しています。
_{しゃいんどうし} _{べんとう} _{はな}

田中 ：今日はコンビニのお弁当ですか？
_{たなか} _{きょう} _{べんとう}

佐藤 ：ええ、いろいろ入っているから、幕の内弁当にしました。い
_{さとう} _{はい} _{まく} _{うちべんとう}
つも気になっていたんですけど、「幕の内」って、どういう
_き _{まく} _{うち}
意味なんでしょう。
_{いみ}

田中 ：ああ、それは、昔お芝居を見るときに**食べた**ことから、「幕
_{むかし} _{しばい} _み _た _{まく}
の内」という名前がついたらしいですよ。お弁当をね、芝居
_{うち} _{なまえ} _{べんとう} _{しばい}
の幕と幕の間に食べたから**とか**、裏方が幕の内側で食べた
_{まく} _{まく} _{あいだ} _た _{うらかた} _{まく} _{うちがわ} _た
から**とか**、いろいろ話があるみたいですよ。
_{はなし}

佐藤 ：へー、そうなんですか。お芝居がお好きなんですか？
_{しばい} _す

田中 ：いや、駅弁が大好きなんですよ。幕の内弁当は、明治時代
_{えきべん} _{だいす} _{まく} _{うちべんとう} _{めいじじだい}
に駅弁の一つとして売られるようになったんですよ。
_{えきべん} _{ひと} _う

佐藤 ：へー、さすが、駅弁に詳しいですね。おすすめの駅弁って
_{えきべん} _{くわ} _{えきべん}
何ですか？
_{なん}

Grammar → **p.146, 147**

⑦ V（普通形）ことから
_{ふつうけい}
① 〜とか
③ N ならでは
② N とともに

Words

旅：trip ／旅行，旅程／ du lịch
_{たび}

つきもの：a part of ／附帯的／ đi kèm theo

幕の内弁当：bento with rice and accompanying
_{まく} _{うちべんとう}
dishes ／一种盛有肉饭团和菜肴的便当／ cơm

hộp Makunouchi

気になる：be on one's mind ／在意／ thắc mắc
_き

芝居：play at a theater ／演出／ buổi biểu diễn
_{しばい}

幕：a curtain used during a play ／帷幕／ màn sân
_{まく}
khấu

裏方：staff working behind-the-scenes ／幕后工作
_{うらかた}
者／ người hậu đài

内側：inside ／内侧，里边／ bên trong
_{うちがわ}

駅弁：bento sold at the train station ／在车站贩卖
_{えきべん}
的盒饭／ cơm hộp ở các bến tàu

田中　：それは好みによりますけど、仙台の牛たん弁当とか、福井
　　　　のかにめしとか、北海道のうにいくら弁当とか。その土地の
　　　　名産を使ったものがいろいろありますよ。

佐藤　：その土地でとれる材料を使って作られている駅弁、んー、
　　　　電車の旅ならではですね。

田中　：あ、でも最近は、空弁っていうのもありますよ。

佐藤　：空弁？

田中　：そう。空港で売っているお弁当のことです。駅弁をもじって、
　　　　空弁って名付けたそうです。大手の航空会社は、2000年頃
　　　　に国内線の機内食を廃止しましたからね。

佐藤　：機内食がなくなって空弁ですか…。

田中　：ええ、時とともにお弁当文化も変わるということですね。

明治時代：Meiji era (1868-1912) ／明治时代／
　　　　thời đại Minh Trị

仙台：Sendai ／仙台／ Sendai

牛たん弁当：beef tongue bento ／牛舌便当／
　　　　cơm lưỡi bò

福井：Fukui ／福井／ Fukui

かにめし：rice dish with crab meat ／蟹肉饭／
　　　　cơm cua

うにいくら弁当：sea urchin and salmon roe bento
　　　　／海胆鲑鱼籽便当／ cơm trứng nhím biển và
　　　　trứng cá hồi

名産：famous product ／土特产／ đặc sản

もじる：pun ／模仿／ phỏng theo

大手：major company ／大企业／ lớn

航空会社：airline company ／航空公司／ hãng
　　　　hàng không

国内線：domesitc flights ／国内航线／ chuyến
　　　　quốc nội

機内食：in-flight meal ／飞机餐／ cơm trên máy
　　　　bay

廃止する：repeal ／废止／ bỏ

カジュアル

Situation　お花見弁当のことで、サークルの学生二人が話しています。

中村　：明日のお花見のお弁当、もう注文した？
なかむら　あした　はなみ　べんとう　ちゅうもん

鈴木　：これからなんだけど、やっぱり、幕の内弁当かなあ。
すずき　まく　うちべんとう

中村　：うん、まあ、いろいろ入っているからいいんじゃない。
はい

鈴木　：ところで、「幕の内」って、どういう意味なんだろう。
まく　うち　い み

中村　：ああ、昔お芝居を見るときに食べた**ことから**「幕の内」とい
むかし　しばい　み　た　まく　うち
　　　　う名前がついたらしいよ。お弁当をね、芝居の幕と幕の間
な まえ　べんとう　しばい　まく　まく　あいだ
　　　　に食べたから**とか**、裏方が幕の内側で食べたから**とか**、いろ
た　うらかた　まく　うちがわ　た
　　　　いろ話があるみたいだよ。
はなし

鈴木　：へー、よく知ってるね。お芝居、好きなの？
し　しばい　す

中村　：いや、駅弁が大好きなんだ。幕の内弁当って、明治時代に
えきべん　だい す　まく　うちべんとう　めい じ じ だい
　　　　駅弁の一つとして売られるようになったんだよ。
えきべん　ひと　う

鈴木　：へー、そうなんだ。そういえば、昔は駅でお弁当を売る人
むかし　えき　べんとう　う　ひと
　　　　がいて、窓を開けて買ってたって、おばあちゃんから聞いた
まど　あ　か　き
　　　　ことがある。

Grammar → p.146, p147

⑦ V（普通形）ことから
ふ つうけい
①〜とか
③ N ならでは

Words

お花見弁当：bento for cherry blossom viewing ／
はな み べんとう
賞花便当／ cơm hộp mang đi ngắm hoa

サークル：club ／社团活动／ hoạt động câu lạc bộ

注文：order ／下单／ gọi món
ちゅうもん

幕の内弁当：bento with rice and accompanying
まく うちべんとう
dishes ／一种盛有肉饭团和菜肴的便当／ cơm
hộp Makunouchi

芝居：play at a theater ／演出／ buổi biểu diễn
しばい

幕：a curtain used during a play ／帷幕／ màn sân
まく
khấu

裏方：staff working behind-the-scenes ／幕后工作
うらかた
者／ người hậu đài

内側：inside ／内側，里边／ bên trong
うちがわ

駅弁：bento sold at the train station ／在车站贩卖
えきべん

中村　：昔と違って、最近の電車は窓が開かないものが多いからね。
　　　　でも、昔から変わらないその土地**ならでは**のお弁当はたく
　　　　さんあるよ。

鈴木　：へー、おすすめの駅弁って何？

中村　：それは好みによるけど、僕は仙台の牛たん弁当**とか**、福井
　　　　のかにめし**とか**、北海道のうにいくら弁当**とか**、好きだけど
　　　　ね。

鈴木　：どれもおいしそう。聞いただけで食べたくなるね。

中村　：あー、また駅弁探しに旅行、行きたいなー。

鈴木　：駅弁探しの旅行か。いいねー。電車の旅なの？

中村　：そう。空港で売ってる空弁ってのもあるんだけど、僕はやっ
　　　　ぱり、電車でゆっくり駅弁ってのがいいんだ。

鈴木　：私も今度旅行に行ったら、その土地のお弁当、探してみよ
　　　　う。

的盒饭／ cơm hộp ở các bến tàu

おばあちゃん：grandma ／老奶奶／ bà

仙台：Sendai ／仙台／ Sendai
せんだい

牛たん弁当：beef tongue bento ／牛舌便当／
ぎゅう　　べんとう
　　　cơm lưỡi bò

福井：Fukui ／福井／ Fukui
ふくい

かにめし：rice dish with crab meat ／蟹肉饭／
　　　cơm cua

北海道：Hokkaido ／北海道／ Hokkaido
ほっかいどう

うにいくら弁当：sea urchin and salmon roe bento
　　　　　　　べんとう
　　　／海胆鲑鱼籽便当／ cơm trứng nhím biển và
　　　trứng cá hồi

空弁：bento sold at the airport ／机场便当／ cơm
そらべん
　　　sora (bán ở sân bay để mang lên các chuyến
　　　quốc nội)

日本の最先端、長崎

Nagasaki, Japan's Cutting Edge
日本的最前沿，长崎
Nơi tiên phong nhất Nhật Bản, Nagasaki

★★★★★

see ▶ p.147

①	Nなど	トマト、ビールなども、長崎から伝わったそうです。
②	Nによって〈原因〉	鎖国によって、外国に行くことができませんでした。
③	Nによって〈手段・方法〉	外国との貿易によって経済力をつけました。
④	Nによって〈受身の動作主〉	大量の砂糖が、中国によって出島に運ばれて来ました。

 モノローグ 21

日本で最初にコーヒーが伝わったのは、どこか知っていますか？　答えは、長崎です。では、日本で最初にボーリング場が作られたのは、どこでしょう。その答えも、長崎です。実は、ビリヤード、バドミントン、トマト、チョコレート、ビールなども、長崎から日本各地に伝わったと言われています。それには、日本の鎖国時代、**すなわち**江戸時代が大きく関係してい

Grammar → p.147

⑤すなわち
⑥ V-るようにする
⑦～ことから

Words

ボーリング場：bowling alley ／保龄球场／ sàn bowling

ビリヤード：billiards ／台球／ billiards (bi-a)

バドミントン：badminton ／羽毛球／ quần vợt

鎖国時代：isolation period ／锁国时代／ thời kỳ bế quan tỏa cảng

江戸時代：Edo period (1603-1868) ／江户时代／ thời đại Edo

西暦：Western calendar ／公历／ dương lịch

逆に：conversely ／反过来，相反地／ ngược lại

江戸幕府：Edo Shogunate ／江户幕府／ Mạc Phủ Edo

キリスト教：Christianity ／基督教／ đạo Thiên Chúa

ます。

　まず、江戸時代（えどじだい）を西暦（せいれき）で言（い）うと、１６０３年（せんろっぴゃくさんねん）から１８６８年（せんはっぴゃくろくじゅうはちねん）に当（あ）たります。その時代（じだい）は、鎖国（さこく）**によって**、日本人（にほんじん）が外国（がいこく）に行（い）ったり、逆（ぎゃく）に外国人（がいこくじん）が日本（にほん）に来（き）たりすることが自由（じゆう）にできませんでした。なぜなら、江戸幕府（えどばくふ）が、日本各地（にほんかくち）にキリスト教（きょう）が広（ひろ）まることを恐（おそ）れたためです。また、西日本（にしにほん）の大名（だいみょう）が外国（がいこく）との貿易（ぼうえき）を盛（さか）んに行（おこな）うこと**によって**経済力（けいざいりょく）をつけ、江戸幕府（えどばくふ）を倒（たお）すことも恐（おそ）れました。そのため、外国（がいこく）との交流（こうりゅう）をどんどん厳（きび）しくしていったのです。その結果（けっか）、当時（とうじ）、日本（にほん）で１か所（いっしょ）だけ、ヨーロッパの国（くに）、オランダと交流（こうりゅう）が**できるようにしました**。それが、長崎（ながさき）の出島（でじま）です。

　出島（でじま）は埋（う）め立（た）てて作（つく）られた人工的（じんこうてき）な島（しま）で、東京（とうきょう）ドームの３分（さんぶん）の１程度（いちてい）の大（おお）きさしかありませんでした。しかし、当時（とうじ）、西洋（せいよう）の知識（ちしき）が入（はい）って来（く）る、日本（にほん）でたった一（ひと）つの場所（ばしょ）だったため、日本各地（にほんかくち）から多（おお）くの学者（がくしゃ）や文化人（ぶんかじん）が長崎（ながさき）にやって来（き）て学（まな）んだそうです。このような**ことから**、その頃（ころ）の長崎（ながさき）は、日本（にほん）の最先端（さいせんたん）の場所（ばしょ）だったといえるかもしれません。

恐（おそ）れる：be afraid ／恐惧，害怕／ sợ

西日本（にしにほん）：Western Japan ／日本西部／ phía Tây Nhật Bản

大名（だいみょう）：Japanese feudal lord ／家臣，領主／ lãnh chúa

経済力（けいざいりょく）：economic power ／经济实力／ nguồn lực kinh tế

ヨーロッパ：Europe ／欧洲／ Châu Âu

オランダ：Netherlands ／荷兰／ Hà Lan

出島（でじま）：Dejima (place name) ／出島(地名) ／ Dejima (tên địa danh)

埋（う）め立（た）てる：landfill ／填埋／ lấp

人工的（じんこうてき）な：artificial ／人工的／ nhân tạo

東京（とうきょう）ドーム：Tokyo Dome (dome shaped building) ／东京巨蛋(游乐设施) ／ Tokyo Dome (Tòa nhà mái vòm)

たった：only ／只／ chỉ

学者（がくしゃ）：scholar ／学者／ học giả

文化人（ぶんかじん）：cultural specialist ／有文化的人／ nhà văn hóa

フォーマル

わからん文化
ぶんか

🔊 22

Situation 観光ガイドがツアー客に長崎について説明しています。
かんこう　　　　　きゃく　ながさき　　　　せつめい

観光ガイド ：長崎といったら、何をイメージされますか？
かんこう　　 ながさき　　　　　なに

渡辺 ：やっぱり、カステラですかね。
わたなべ

キム ：歴史上の人物だったら、坂本龍馬も有名ですよね。
れきしじょう　じんぶつ　　　　さかもとりょうま　ゆうめい

観光ガイド ：はい。その坂本龍馬は、カステラや金平糖など、甘い物
さかもとりょうま　　　　　こんぺいとう　　　あま　もの
がとても好きだったと言われているんですよ。
す　　　　　い

キム ：へー。

観光ガイド ：江戸時代は、大量の砂糖が、中国とオランダによって
えどじだい　たいりょう　さとう　ちゅうごく
長崎の出島に運ばれて来たそうですから。
ながさき　でじま　はこ　き

キム ：わー、そうなんですか。坂本龍馬も食べていたカステ
さかもとりょうま　た
ラ、長崎土産に絶対買って帰らなくちゃいけませんね。
ながさきみやげ　ぜったいか　かえ

観光ガイド ：なんといっても、長崎には出島がありましたからね。江
ながさき　でじま　え
戸時代、鎖国によって日本は外国との交流が限られて
どじだい　さこく　にほん　がいこく　こうりゅう　かぎ
いましたよね。当時、西欧との交流が唯一できたのが、
とうじ　せいおう　こうりゅう　ゆいいつ
長崎の出島です。長崎の人は、当時、チョコレートやコ
ながさき　でじま　ながさき　ひと　とうじ
ーヒーなども出島にいたオランダ人からもらって食べて
でじま　じん　た
いたそうですよ。

Grammar → p.147, 148

⑧ N といったら
① N など
④ N によって〈受身の動作主〉
　　　　　うけみ　どうさしゅ
⑨ V- なくちゃ
② N によって〈原因〉
　　　　　げんいん
⑩ ～かな(あ)
⑪ ～からには

Words

観光ガイド：tourist guide ／観光导游／ hướng
かんこう

dẫn du lịch

ツアー客：tourist ／旅客／ khách đi theo tour
きゃく

やっぱり：as expected ／果然／ quả thật là

カステラ：castella (sponge cake) ／蜂蜜蛋糕 (长崎
特产) ／ bánh bông lan

坂本龍馬：Sakamoto Ryoma ／坂本龙马／
さかもとりょうま
Sakamoto Ryoma

金平糖：Konpeito (confetti, candy) ／金平糖／
こんぺいとう
đường Kompei

江戸時代：Edo period (1603-1868) ／江戸时代／
えどじだい

渡辺　　　：へー。江戸時代の長崎の人は、グルメだったの**かな**。

観光ガイド：そうかもしれませんね。長崎の文化は、「わからん」文

化と言われているんですよ。

渡辺　　　：えっ、それって何ですか？

観光ガイド：あ、「わからない」の意味の「わからん」ではありませ

んよ。日本の「和」、中国の「華」、オランダの「蘭」

で「和・華・蘭」です。長崎の街を歩くと、いろいろな

建築物、食べ物、言葉、まつり**など**に出合えて、「和華

蘭」を感じることができるんですよ。

渡辺　　　：あー、いろいろな食材が入ったちゃんぽんと同じです

ね！　長崎に来た**からには**、ちゃんぽんも食べて帰らな

くちゃですね。ちゃんぽんのおいしいお店って、どこで

すか？

---

　　　　　thời đại Edo

オランダ：Netherlands ／荷兰／ Hà Lan

出島：Dejima (place name) ／出岛（地名）／
　　　Dejima (tên địa danh)

西欧：Western Europe ／西欧／ Tây Âu

唯一：only ／唯一／ duy nhất

グルメ：gourmet ／美食家／ ẩm thực

和：Japan ／日本／ Nhật Bản

華：China ／中国／ Hoa

蘭：Netherlands ／荷兰／ Hà Lan

感じる：feel ／感到／ cảm nhận

食材：ingredients ／食材／ nguyên liệu

ちゃんぽん：Champon (noodles) ／面杂烩（长崎拉
　　　面）／ mì champon (mì hải sản cay)

ダイアローグ

わからん文化
ぶんか

 23

Situation　旅行に来た友人3人が長崎で有名なものについて話しています。
りょこう　き　ゆうじんさんにん　ながさき　ゆうめい　　　　はな

鈴木　：長崎といったら、何だと思う？
すずき　　ながさき　　　　　なん　おも

中村　：やっぱり、カステラかな。
なかむら

グエン　：歴史上の人物だったら、坂本龍馬も有名だよね。
れきしじょう　じんぶつ　　　　さかもとりょうま　ゆうめい

鈴木　：うん。その坂本龍馬は、カステラとか金平糖とか、甘い物
さかもとりょうま　　　　　こんぺいとう　　　　あま　もの

　　　　がとても好きだったって言われてるんだよ。
す　　　　　　い

グエン　：へー。

鈴木　：江戸時代は、たーくさんの砂糖が中国とオランダによって
えどじだい　　　　　さとう　ちゅうごく

　　　　長崎の出島に運ばれて来たんだって。
ながさき　でじま　はこ　　き

グエン　：わー、そうなんだ。坂本龍馬も食べてたカステラ、長崎
さかもとりょうま　た　　　　　　　　　ながさき

　　　　土産に絶対買って帰らなくちゃ。
みやげ　ぜったいか　　かえ

鈴木　：なんといっても、長崎には出島があったからね。江戸時代、
ながさき　でじま　　　　　　　　　えどじだい

　　　　鎖国によって日本は外国との交流が限られてたでしょ。当
さこく　　　　にほん　がいこく　　こうりゅう　かぎ　　　　　　　とう

　　　　時、西欧との交流が唯一できたのが、長崎の出島。長崎の
じ　せいおう　　こうりゅう　ゆいいつ　　　　　ながさき　でじま　ながさき

　　　　人は、当時、チョコレートやコーヒーなんかも出島にいた
ひと　　とうじ　　　　　　　　　　　　　　　でじま

　　　　オランダ人からもらって食べてたんだって。
じん　　　　　　た

Grammar → p.147, 148

⑧ N といったら
⑩ ～かな（あ）
④ N によって〈受身の動作主〉
　　　　　　うけみ　どうさしゅ
⑫ ～んだって。
⑨ V- なくちゃ
② N によって〈原因〉
　　　　　　げんいん
⑬ N なんか
⑪ ～からには

Words

やっぱり：as expected ／果然／ quả thật là

カステラ：castella (sponge cake) ／蜂蜜蛋糕（长崎
　　特产）／ bánh bông lan

坂本龍馬：Sakamoto Ryoma ／坂本龙马／
さかもとりょうま　　　　　　　Sakamoto Ryoma

金平糖：Konpeito (confetti, candy) ／金平糖／
こんぺいとう　　　　　　　　đường Kompei

江戸時代：Edo period (1603-1868) ／江户时代／
えどじだい　　　　thời đại Edo

中村　：へー。江戸時代の長崎の人は、グルメだったのかな。

鈴木　：そうかもね。長崎の文化は、「わからん」文化って言われ
てるんだよ。

中村　：えっ、何それ？

鈴木　：あ、「わからない」の意味の「わからん」じゃないよ。日
本の「和」、中国の「華」、オランダの「蘭」で「和・
華・蘭」。長崎の街を歩くと、いろんな建築物、食べ物、
言葉、まつりなんかに出合えて、「和華蘭」を感じること
ができるんだよ。

中村　：あー、いろんな食材が入ったちゃんぽんと同じだね！　長
崎に来たからには、ちゃんぽんも食べて帰らなくちゃね。
ちゃんぽんのおいしいお店って、どこ？

Section II

たーくさん：a lot (casual expression of "takusan")
／许多／ nhiều

オランダ：Netherlands ／荷兰／ Hà Lan

出島：Dejima (place name) ／出岛 (地名) ／
Dejima (tên địa danh)

西欧：Western Europe ／西欧／ Tây Âu

唯一：only ／唯一／ duy nhất

グルメ：gourmet ／美食家／ ẩm thực

和：Japan ／日本／ Nhật Bản

華：China ／中国／ Hoa

蘭：Netherlands ／荷兰／ Hà Lan

感じる：feel ／感到／ cảm nhận

食材：ingredients ／食材／ nguyên liệu

ちゃんぽん：Champon (noodles) ／面杂烩 (长崎拉
面) ／ mì champon (mì hải sản cay

個食おせち

Single Meal Osechi ／个人份的日式新年料理／
Đồ ăn truyền thống Tết chia thành từng phần

先日デパートのおせちコーナーで、「個食おせち」というのがありました。見ると、料理が一人分ずつ別にしてあります。

「おせち料理」は大きな重箱に盛られたお正月の料理で、家族で囲んで食べます。「個食」というのは、家族一緒の食事でも、それぞれ違う料理を食べることです。そのため「ばらばら食」とも言われます。もともとは家族の食事時間が違っていて一人で食べることを言ったのですが、今では一人の食事は「孤独」の「孤」の字を使い区別します。家族一緒にいただくおせち、そのおせちにも個食…。これも現代社会のある一面を表しているのかもしれません。

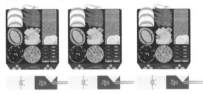

The other day, I found a "Single Meal Osechi" in the Osechi section of a department store. I found that the food was separated into portions for each person.

"Osechi ryori" is a New Year's dish served in a large box and the family eats it together. "Single meal" means that even if the family eats together, each member would eat different dishes. Therefore, it is also called "Barabara (loose) meal." Originally, it meant that due to different meal times, each family member would eat alone. However, now it is distinguished by using the kanji "KO" used in "KODOKU (solitude)" for the word "single meal." Even for "osechi" that the family eats together, there is a single meal... This may also represent one aspect of modern society.

前几天在百货公司的新年料理区看到了一种叫做"個食おせち"的料理。看了一下，发现食物被分别装在每个人的盘子里。

"おせち料理"是用大的套盒盛装的新年料理，家人围坐着一起享用。"個食"则是指家人一起用餐，但各自吃不同的料理。因此也被称为"分食"。最初指的是因为家庭成员用餐时间不同而一个人吃饭，但现在一个人用餐则使用"孤独"中的"孤"字来区分。家人一起享用的おせち料理，却也有了个人份的个食……这或许也反映了现代社会的某一方面吧。

Hôm trước tôi có xem thấy "đồ ăn truyền thống Tết chia thành từng phần" ở quầy bán thực phẩm Tết trong trung tâm thương mại. Họ chia ra thành từng phần nhỏ cho một người.

"Osechi ryori" là món ăn truyền thống được bày trong một hộp lớn nhiều tầng để gia đình cùng sum vầy ăn uống. "Koshoku" có nghĩa là dù cả gia đình cùng ngồi ăn nhưng mỗi người thì ăn từng món khác nhau. Vì vậy mà người ta cũng gọi là "Barabara shoku" (ăn riêng lẻ). Vốn dĩ do thời gian ăn uống mỗi người trong gia đình khác nhau nên mỗi người tự ăn, nhưng hiện nay thì ăn uống một mình nên người ta dùng chữ "cô" trong "cô độc" để phân biệt. Món ăn truyền thống ngày Tết vốn dĩ mọi người cùng nhau ăn thì nay cũng chia phần ... Đây có thể nói là biểu hiện của một mặt trong xã hội hiện nay.

日本文化 vs 西洋文化
<ruby>日<rt>に</rt></ruby><ruby>本<rt>ほん</rt></ruby><ruby>文<rt>ぶん</rt></ruby><ruby>化<rt>か</rt></ruby> <ruby>西<rt>せい</rt></ruby><ruby>洋<rt>よう</rt></ruby><ruby>文<rt>ぶん</rt></ruby><ruby>化<rt>か</rt></ruby>

Japanese Culture vs Western Culture ／日本文化 vs 西方文化／
Văn hóa Nhật Bản và văn hóa phương Tây

下の絵を見てください。いろいろなところでケンカをしていますね。この絵は、明治時代に西洋から入ってきた物と、もともと日本にあった物がケンカしている様子を表しています。①と②は、何と何がケンカしていますか？ ③と④は、どうですか？ どっちが勝っていると思いますか？ この絵を見ると、明治時代に日本の生活や文化が大きく変わったことがわかります。みなさんの住んでいるところでは、いつ、生活や文化が大きく変わりましたか。

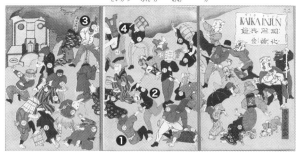

①②＝ 灯対決（ランプ×行灯）／light showdown (lamp x paper lantern)／
　　　灯之対决（台灯×和式灯）／Tranh cãi giữa các loại đèn (đèn điện và đèn lồng)

③④＝ お酒対決（西洋酒×日本酒）／alcohol showdown (Western liquor x Japanese sake/rice wine)／
　　　酒之对决（西方酒×日本酒）／Tranh cãi giữa các loại rượu (rượu Tây & rượu Nhật)

『開花因循興発鏡』昇斎一景・画
所蔵：早稲田大学図書館

Please look at the picture below. People are fighting against each other at various places. This picture depicts a fight between things that came to Japan from the Western countries during the Meiji era and things that were originally in Japan. For ① and ②, what things are fighting against each other? How about ③ and ④? Which one do you think is winning? If you look at this picture, you can tell that life and culture in Japan changed tremendously during the Meiji era. When did the life and culture change a lot where you live?

请看下面的图片。它展示了在各种地方发生争吵的情景。这幅画表现了明治时代从西方引进的事物与日本本土传统物品之间的冲突。①和②代表了什么和什么在发生争执？③和④呢？你觉得哪一边胜出了呢？通过这幅画，我们可以了解到在明治时代，日本的生活和文化发生了巨大的变化。在你们所在的地方，生活和文化是在什么时候发生了巨大变化呢？

Hãy nhìn vào hình bên dưới. Mọi người tranh cãi ở nhiều nơi. Tranh này phác họa cảnh những thứ đã có ở Nhật từ trước xung đột với những cái đến từ phương Tây ở thời đại Minh Trị. Số ① và ②, cái gì xung đột với cái gì? ③ và ④ thế nào? Bạn nghĩ xem cái nào sẽ thắng? Nhìn bức tranh này thì có thể biết được văn hóa xã hội Nhật Bản đã thay đổi rất nhiều vào thời Minh Trị. Ở những nơi các bạn sinh sống thì từ khi nào văn hóa xã hội thay đổi nhiều nhất?

お返し
かえ
Return Gift
回礼
Đáp lễ

★★★★★

see ▶ p.148

①	Nとして	お礼として何かを贈り返すという習慣があります。
②	～ということだ〈伝聞〉	それがお返しの始まりだということです。
③	～ということだ〈意味〉	それは「快気祝い」のパーティーを開くということですか。
④	イA-いことに	おもしろいことに、日本人はバレンタインデーにもお返しの日を作りました。

モノローグ

🔊24

日本には、だれかに贈り物をもらうと、お礼としてその人に何かを贈り返すという習慣があります。これを、「お返し」といいます。例えば、結婚や出産のとき、親戚や友人からお祝いにお金をもらいます。そうすると、もらった金額の半分ぐらいの価値の品物を、その人たちに贈ります。この習慣は、祝い事に限りません。例えば、親しい人が入

Grammar → p.148, 149

⑤ N に限らない
かぎ
⑥ N によると
⑦ V- る際
さい
⑧ V- ながらも

Words

お礼：a thank you gift ／送礼／ quà, lễ, lời cảm ơn
れい
お返し：a return gift ／回礼／ đáp trả
かえ
出産：childbirth ／分娩／ sinh
しゅっさん

金額：amount of money ／金额／ số tiền
きんがく
価値：value ／价值／ giá trị
かち
祝い事：celebration ／喜庆的事／ sự kiện vui
いわ ごと
限る：limit ／限定／ giới hạn
かぎ
お見舞い：gift for those who are hospitalized ／探病／ thăm bệnh
み ま
快気祝い：celebration of one's health recovery ／病愈的祝贺／ mừng hồi phục
かい き いわ
結婚式：wedding ceremony ／婚礼／ lễ cưới
けっこんしき
葬式：funeral ／葬礼／ đám tang
そうしき

院すると「お見舞い」としてお金をあげますが、その人の病気が治った
とき、「快気祝い」という形で「お返し」をもらいます。このような習
慣はどうして生まれたのでしょうか。

　ある研究者によると、昔は結婚式や葬式を行う際、村の人々が米や
野菜を持ち寄って助けてくれたそうです。そして、儀式の後、残った米
や野菜をみんなで分け合いました。それがお返しの始まりだということ
です。このように日本人は、贈り物やお返しで感謝の気持ちを表してき
ました。それは、円滑な人間関係を保つための知恵だったと考えられ
ています。

　おもしろいことに、日本人は外国から来たバレンタインデーにもお返
しの日として、ホワイトデーを作りました。バレンタインデーにチョコ
レートをたくさんもらった人はお返しが大変だと言います。そう言いな
がらも、それらの日に贈り物をあげたり、もらったりすることを楽しん
でいる人は多いのではないでしょうか。

〜際：when 〜／〜时／khi

持ち寄る：bring something／带来凑在一起／
　　　　　mang đến

儀式：ceremony／仪式／nghi thức

分け合う：share／分享／chia nhau

表す：express／表现／thể hiện

円滑な：smooth／圆滑的／tốt đẹp, viên mãn

保つ：keep／保持／giữ gìn

知恵：wisdom／智慧／trí tuệ

バレンタインデー：Valentine's Day／情人节／lễ
　　　　　tình nhân, Valentine

ホワイトデー：White Day／白色情人节／lễ
　　　　　trắng, White Day

フォーマル **快気祝い**
（かいきいわ）

Situation　部下と上司が快気祝いについて話しています。
（ぶか　じょうし　かいきいわ　　　　　　　　はな）

ブラウン　：中川主任、教えていただきたいことがあるんですが…。
（なかがわしゅにん　おし）

中川（主任）：はい。**遠慮せず**、何でもどうぞ。
（なかがわ　しゅにん）　　　（えんりょ）　　（なん）

ブラウン　：ありがとうございます。実は友人が骨折で入院してしまい
　　　　　　（じつ　ゆうじん　こっせつ　にゅういん）
　　　　　　まして…。

中川　　　：それはお気の毒に。
　　　　　　　　　（き　どく）

ブラウン　：でも、**うれしいことに**、リハビリが順調に進み、あと数日
　　　　　　　　　　　　　　　　　　　　（じゅんちょう　すす　　　　すうじつ）
　　　　　　で**退院できるようです**。
　　　　　　（たいいん）

中川　　　：それ**なら**よかったですね。

ブラウン　：はい、おかげさまで。それで、その友人に「かいきわい」
　　　　　　　　　　　　　　　　　　　　　　（ゆうじん）
　　　　　　というのは何かと聞かれたんです。
　　　　　　　　　　（なに　き）

中川　　　：「かいきわい」ですか？

ブラウン　：はい。同室の患者さんたちが「かいきわい」をどうするか
　　　　　　　（どうしつ　かんじゃ）
　　　　　　話していたらしいんです。私もわからなくて…。
　　　　　　（はな）　　　　　　　（わたし）

中川　　　：ああ、それ**なら**「かいきわい」じゃなくて、「快気祝い」
　　　　　　　　　　　　　　　　　　　　　　　　　（かい　き　いわ）
　　　　　　ですよ。病気やけがが治ったときにするお祝いのことです。
　　　　　　（びょうき　　　　　なお　　　　　　　　　いわ）

⑨ V- ず（に）、〜

④ イ A- いことに

⑩ V（普通形）ようだ
　　（ふつうけい）

⑪ N なら

⑫ V（普通形）らしい
　　（ふつうけい）

③ 〜ということだ〈意味〉
　　　　　　　（いみ）

① N として

⑬【疑問詞】V- たらいい（か）
　　（ぎもんし）

主任：chief ／主任／ chủ nhiệm, sếp
（しゅにん）

骨折：fracture ／骨折／ gãy xương
（こっせつ）

お気の毒に：I'm sorry. ／感到抱歉地／ tội nghiệp,
（き　どく）　　　　　　　　　　　　　　xui xẻo

リハビリ：rehabilitation ／复健／ Vật lý trị liệu

順調に：steadily ／顺利地／ thuận lợi
（じゅんちょう）

退院：discharge from hospital ／出院／ xuất viện
（たいいん）

同室：the same room ／同一病房／ cùng phòng
（どうしつ）

患者：patient ／患者／ bệnh nhân
（かんじゃ）

ブラウン ：「快気祝い」のパーティーを開くということですか。

中川 ：いいえ。退院した人が、回復の報告とお礼の気持ちとして、お見舞いにお金などをくださった方々に贈るお返しのことです。

ブラウン ：そうですか。いくらぐらいの金額でどのような品物を選んだらいいのでしょうか。

中川 ：一般的には、いただいた金品の半分ぐらいの予算で、お菓子や調味料などを贈ります。「災いを洗い流す」という意味で洗剤なども人気がありますよ。

ブラウン ：なるほど。よくわかりました。友人に伝えます。

中川 ：あ、それから、快気祝いは退院後、二、三週間以内に贈るのがマナーです。

ブラウン ：はい。いろいろご教示いただき、ありがとうございました。

お祝い：celebration ／祝贺／ quà mừng, lễ mừng
回復：recovery ／恢复／ hồi phục
報告：reporting ／汇报，报告／ báo cáo
お見舞い：gift for those who are hospitalized ／探病／ thăm bệnh
くださる：give (respect form) ／"给我"的尊敬语／ kính ngữ của "kureru"
贈る：give (gifts) ／赠送／ gửi tặng
一般的：in general ／普遍的／ thông thường

いただく：receive (humble form) ／"得到"的自谦语／ khiêm nhường ngữ của "morau"
金品：money and goods ／贵重物品／ quà cáp (tiền hoặc quà)
予算：budget ／预算／ dự toán
調味料：seasoning ／调味料／ gia vị
「災いを洗い流す」："Wash away the misfortune" ／洗去灾难／ "tẩy trôi đi tai họa"
洗剤：detergent ／洗衣粉／ nước giặt
教示：teaching ／指点／ chỉ dạy

カジュアル 快気祝い（かいきいわい）

🔊26

Situation 友人同士が快気祝いについて話しています。
（ゆうじんどうし）（かいきいわ）（はな）

ケオ ：渡辺くん、教えてもらいたいことがあるんだけど…。
　　　（わたなべ）（おし）

渡辺 ：うん。**遠慮しないで**、何でも聞いてよ。
（わたなべ）（えんりょ）（なん）（き）

ケオ ：ありがとう。実は友だちが骨折で入院しちゃって…。
　　　（じつ）（とも）（こっせつ）（にゅういん）

渡辺 ：えっ、それはかわいそうに。

ケオ ：でも、**うれしいことに**、リハビリが順調に進んで、あと数
　　　　　　　　　　　　　　　　　　（じゅんちょう）（すす）（すう）

　　　日で退院**できるようなんだ**。
　　　（じつ）（たいいん）

渡辺 ：それ**なら**よかったね。

ケオ ：うん、おかげさまで。それで、その友だちに「かいきわい」
　　　　　　　　　　　　　　　　　　　　　（とも）

　　　って何か聞かれたんだ。
　　　（なに）（き）

渡辺 ：「かいきわい」？

ケオ ：うん。同室の患者さんたちが「かいきわい」をどうするか**話**
　　　　　（どうしつ）（かんじゃ）（はな）

　　　していたらしい**んだ**。私もわからなくて…。
　　　　　　　　　　　　（わたし）

渡辺 ：ああ、それ**なら**「かいきわい」じゃなくて「快気祝い」だよ。
　　　　　　　　　　　　　　　　　　　　　　　（かい）（き）（いわ）

　　　病気やけがが治ったときにするお祝いのことだよ。
　　　（びょうき）（なお）（いわ）

Grammar → p.149, 150

⑮ V- ないで、〜

④ イ A- いことに

⑩ V（普通形）ようだ
　　　（ふつうけい）

⑪ N なら

⑫ V（普通形）らしい
　　　（ふつうけい）

⑭ 〜ってこと（だ）〈意味〉
　　　　　　　　　（いみ）

① N として

⑬【疑問詞】V- たらいい（か）
　　（ぎもんし）

Words

骨折：fracture ／骨折／ gãy xương
（こっせつ）

リハビリ：rehabilitation ／复健／ vật lý trị liệu

順調に：steadily ／順利地／ thuận lợi
（じゅんちょう）

退院：discharge from hospital ／出院／ xuất viện
（たいいん）

同室：the same room ／同一病房／ cùng phòng
（どうしつ）

患者：patient ／患者／ bệnh nhân
（かんじゃ）

お祝い：celebration ／祝贺／ quà mừng, lễ mừng
　（いわ）

回復：recovery ／恢复／ hồi phục
（かいふく）

ケオ ：「快気祝い」のパーティーを開くってこと？
　　　　かいきいわ　　　　　　　　　　　　　ひら

渡辺 ：ううん。退院した人が、回復の報告とお礼の気持ちとして、
　　　　　　　　たいいん　ひと　　かいふく　ほうこく　　れい　きも
　　　お見舞いにお金などをくれた人たちに贈るお返しのことだ
　　　　みま　　　　かね　　　　　　　ひと　　　おく　かえ
　　　よ。

ケオ ：そうなんだ。**いくらぐらいの金額でどんな品物を選んだらい**
　　　　　　　　　　　　　　　　きんがく　　　しなもの　えら
　　　いの？

渡辺 ：普通は、もらった金品の半分ぐらいの予算で、お菓子や調
　　　　ふつう　　　　　きんぴん　はんぶん　　　よさん　　　かし　ちょう
　　　味料なんかを贈るよ。「災いを洗い流す」っていう意味で
　　　みりょう　　　おく　　　わざわ　あら　なが　　　いみ
　　　洗剤なんかも人気があるよ。
　　　せんざい　　　にんき

ケオ ：なるほど。よくわかった。友だちに伝えるね。
　　　　　　　　　　　　　　　　とも　　つた

渡辺 ：あ、それから、快気祝いは退院してから二、三週間以内に
　　　　　　　　　　かいきいわ　たいいん　　　に　さんしゅうかんいない
　　　贈るのがマナーだよ。
　　　おく

ケオ ：オッケー。いろいろ教えてくれてありがとう。
　　　　　　　　　　　　　おし

Section II

報告：reporting ／汇报，报告／ báo cáo ほうこく	／消除灾难／ "tẩy trôi đi tai họa"
お見舞い：gift for those who are hospitalized ／探 　みま 病／ thăm bệnh	洗剤：detergent ／洗衣粉／ nước giặt せんざい
贈る：give (gifts) ／赠送／ gửi tặng おく	
金品：money and goods ／贵重物品／ quà cáp きんぴん (tiền hoặc quà)	
予算：budget ／预算／ dự toán よさん	
調味料：seasoning ／调味料／ gia vị ちょうみりょう	
「災いを洗い流す」： "Wash away the misfortune" 　わざわ　あら　なが	

カフェを楽しむ

★★★★★

Enjoy the Cafe
享用咖啡
Thưởng thức

see p.150

①	V-たものだ	音楽愛好家たちが足繁く通ったものです。
②	Nがないなんて、～	山本さんが一度も行ったことがないなんて、驚きです。
③	～ものだから	あちこちにお気に入りの猫がいるものですから。

 モノローグ

(◆)27

喫茶店やカフェは飲食の場ですが、人々の憩いの場としても日本人の生活に根付いています。最近では、趣味や興味関心を共有する人々が集う場として、いろいろなコンセプトを持つカフェが注目されています。

例えば、「メイドカフェ」。メイドのコスチュームを身に着けた店員がお客さんを「お帰りなさいませ」と言って、帰宅したご主人様のように迎えるユニークなコンセプトは、オタク文化とともに海外にも知られるようになりました。また、「猫カフェ」も根強い人気があります。猫好き

Grammar → p.150, 151
④ Nとして(も)
⑤ 【日時】から【日時】にかけて

Words
憩い：resting ／小憩、休息 ／nghỉ ngơi
根付く：rooted ／扎根 ／bén rễ
集う：gather ／聚集 ／tập trung
メイド：maid ／女仆 ／hầu gái
ご主人様：husband ／主人 ／chủ nhân
コンセプト：concept ／概念，原理 ／ý tưởng

オタク文化：Otaku (geek) culture ／宅文化 ／văn hóa Otaku
根強い：deep-rooted ／根深蒂固 ／vững chắc, chắc chắn
保護猫：rescued cat ／受到保护的流浪猫 ／mèo được bảo hộ
里親：foster parents ／养父母 ／cha mẹ nuôi
台頭：rise to prominence ／流行，扩大 ／thời kỳ thịnh vượng nhất
歌声喫茶：singing cafe ／能唱歌的咖啡馆 ／phòng

の人々が店内にいる猫たちと遊ぶためにやって来ます。なかには保護猫もいて、希望するお客さんには里親になる手続きをしてくれるそうです。

　実は、このようなカフェの台頭は今に始まったことではありません。１９５０年代から１９６０年代にかけては「歌声喫茶」や「ジャズ喫茶」が全盛期を迎え、音楽愛好家たちが足繁く通ったものです。１９７０年代には「漫画喫茶」ができ、漫画ファンを喜ばせました。現在では、豊富な数の漫画を揃えている「ネットカフェ」が全国に散らばっています。

　ユニークなカフェは東京や大阪のような大都市で次々と生まれ、話題になっています。「体験型カフェ」というカテゴリーの中には、お坊さんと話せる店、プラネタリウムや足湯がある店など、一風変わったカフェもあり、その斬新なアイデアに感心させられます。休日にお気に入りのカフェを何軒か訪れる「カフェ巡り」は、都会に住む人にとって、ストレスを解消するための楽しみになっているようです。

Section II

---

trà (cà phê) khách có thể ca hát

ジャズ喫茶：jazz cafe ／爵士乐咖啡馆／ phòng trà (cà phê) nhạc jazz

全盛期：golden age ／全盛期／ thời kỳ vàng son

音楽愛好家：music lover ／音乐爱好者／ người yêu âm nhạc

足繁く：often ／常去／ thường đến

漫画喫茶：manga cafe ／漫画咖啡馆／ phòng trà (cà phê) có truyện tranh

揃える：stock ／备齐／ tập hợp

ネットカフェ：cyber cafe ／网咖／ cà phê internet

散らばる：be scattered ／分散／ phân tán

体験型：experience type ／体验型／ hình thức trải nghiệm

足湯：footbath ／泡脚温泉／ ngâm chân

一風変わった：quirky ／有点特别的／ độc đáo

斬新な：innovative ／崭新的／ mới lạ

カフェ巡り：cafe tour ／逛咖啡店／ tour thăm các quán cà phê

解消する：relieve (stress) ／解决，缓解／ giải tỏa

フォーマル　猫カフェ巡り

Situation　社員同士が猫カフェについて話しています。

吉田　：山本さんは猫が好きでしたよね。

山本　：ええ、大好きです。

吉田　：最近駅前にできた猫カフェ、行ってみましたか？

山本　：えっ、猫カフェができたんですか？　知りませんでした。

吉田　：明日、会社の帰りに**寄ってみようと思っている**んですが、一緒にどうですか？

山本　：ええ、ぜひ。猫カフェ、一度行ってみたいと思ってたんです。

吉田　：猫好きの山本さんが一度も行ったこと**がないなんて**、驚きです。僕は休みの日に猫カフェをハシゴするのが趣味なんです。あちこちにお気に入りの猫がいる**ものですから**。

山本　：いいですね。私が猫カフェに行ってみたいと言うと、家族がいい顔しないんですよ。家に猫が３匹もいるのに、なんでわざわざって。それに、カフェにいる猫はかわいそうだって。

吉田　：猫を３匹も飼っているんですか？　うらやましいなー。僕のアパートはペット禁止なんです。

Grammar → p.150, 151
⑥ V-（よ）うと思う
② N がないなんて、〜
③ 〜ものだから

Words
猫カフェ：cat cafe ／猫咪咖啡馆／ cà phê mèo
巡り：tour ／逛，转／ tour thăm
駅前：in front of the station ／车站前／ trước ga
寄る：stop by ／顺路拜访／ ghé

猫好き：cat lover ／喜欢猫的／ thích mèo
驚き：surprise ／惊讶／ bất ngờ
ハシゴする：crawl through (cafes) ／换场所继续做同一件事／ đi nhiều quán
お気に入り：favorite ／喜欢的，心仪的／ thích
いい顔をしない：don't agree ／不给好脸色／ không đồng ý
わざわざ：out of one's way ／特意地／ mất công
飼う：keep (pets) ／饲养／ nuôi
うらやましい：envious ／羡慕／ thích quá

78

山本 ：それは残念ですね。

吉田 ：ところで、カフェにいる猫がかわいそうだっていうのはちょっと…。店のスタッフはみんな猫たちの世話をとてもよくしていますよ。それに、捨てられたり、虐待されたりした猫を引き取っている店もたくさんあるんです。

山本 ：そうなんですか。ますます行ってみたくなりました。

吉田 ：じゃあ、明日仕事が終わったら、一緒に会社を出ましょう。

山本 ：わかりました。なんだかわくわくしてきました。

（ngưỡng mộ）

ペット禁止：no pets allowed ／禁止宠物／ cấm nuôi thú cưng

残念な：disappointing ／遗憾的／ tiếc

スタッフ：staff ／工作人员／ nhân viên

虐待する：abuse ／虐待／ ngược đãi

引き取る：take over ／退出，取回／ nhận

ますます：even more ／愈发，更加／ dần dần

なんだか：somehow ／总觉得，不由地／ ～ làm

sao

わくわく：excited ／期待的／ háo hức

ダイアローグ

猫カフェ巡り
（ねこ）（めぐ）

29

Situation　友人同士が猫カフェについて話しています。
（ゆうじんどうし）（ねこ）（はな）

渡辺　：伊藤さんは猫、好きだったよね。
（わたなべ）（いとう）（ねこ）（す）

伊藤　：うん、大好き。
（いとう）（だいす）

渡辺　：最近駅前にできた猫カフェ、行ってみた？
（さいきんえきまえ）（ねこ）（い）

伊藤　：えっ、猫カフェができたの？　知らなかった。
（ねこ）（し）

渡辺　：明日、大学の帰りに**寄ってみようと思ってる**んだけど、一緒
（あした）（だいがく）（かえ）（よ）（おも）（いっしょ）

　　　　にどう？

伊藤　：うん、ぜひ。猫カフェ、一度行ってみたいって思ってたんだ。
（ねこ）（いちど）（い）（おも）

渡辺　：猫好きの伊藤さんが一度も行ったことがないなんて、驚き。
（ねこず）（いとう）（いちど い）（おどろ）

　　　　僕は休みの日に猫カフェをハシゴするのが趣味なんだ。あ
（ぼく）（やす）（ひ）（ねこ）（しゅみ）

　　　　ちこちにお気に入りの猫がいるもんで。
（き い）（ねこ）

伊藤　：いいね。私が猫カフェに行ってみたいって言うと、家族が
（わたし）（ねこ）（い）（かぞく）

　　　　いい顔しないの。家に猫が３匹もいるのに、なんでわざわ
（かお）（うち）（ねこ）（さんびき）

　　　　ざって。それに、カフェにいる猫はかわいそうだって。
（ねこ）

渡辺　：猫、３匹も飼ってるの？　うらやましいなー。僕のアパート
（ねこ）（さんびき か）（ぼく）

　　　　はペット禁止なんだ。
（きんし）

Grammar → **p.150, 151**

⑥ V-（よ）うと思う
（おも）
③ N がないなんて、〜
② 〜ものだから

Words

猫カフェ：cat cafe ／猫咪咖啡馆／cà phê mèo
（ねこ）

巡り：tour ／逛、转／tour thăm
（めぐ）

駅前：in front of the station ／车站前／trước ga
（えきまえ）

寄る：stop by ／順路拜访／ghé
（よ）

猫好き：cat lover ／喜欢猫的／thích mèo
（ねこず）

驚き：surprise ／惊讶／bất ngờ
（おどろ）

ハシゴする：crawl through (cafes) ／换场所继续做
　　　　　　同一件事／đi nhiều quán

お気に入り：favorite ／喜欢的，心仪的／thích
（き い）

いい顔をしない：don't agree ／不给好脸色／
（かお）　　　　　　　　　　　không đồng ý

わざわざ：out of one's way ／特意地／mất công

飼う：keep (pets) ／饲养／nuôi
（か）

うらやましい：envious ／羨慕／thích quá

80

伊藤　：それは残念だね。

渡辺　：ところで、カフェにいる猫がかわいそうだっていうのはちょっ

と…。店のスタッフはみんな猫たちの世話をとてもよくして

るよ。それに、捨てられたり、虐待されたりした猫を引き

取ってる店もたくさんあるんだよ。

伊藤　：そうなんだ。ますます行ってみたくなった。

渡辺　：じゃあ、明日授業が終わったら、一緒に大学を出よう。

伊藤　：わかった。なんだかわくわくしてきた。

(ngưỡng mộ)

ペット禁止：no pets allowed ／禁止宠物／ cấm
nuôi thú cưng

残念な：disappointing ／遺憾的／ tiếc

スタッフ：staff ／工作人员／ nhân viên

虐待する：abuse ／虐待／ ngược đãi

引き取る：take over ／退出，取回／ nhận

ますます：even more ／愈发，更加／ dần dần

なんだか：somehow ／总觉得，不由地／ ~ làm sao

わくわく：excited ／期待的／ háo hức

のし袋

Noshi bukuro (Envelope for a Gift of Money) ／礼金袋／ Túi Noshi

親戚や友人に祝い事やご不幸があったとき、日本ではお金を贈ります。そんなとき、マナーに気をつけなければいけません。お金は「のし袋」に包んで渡します。「のし袋」は白い和紙でできた封筒で、「水引」という飾り紐がついています。祝い事には紅白の、ご不幸には黒白の水引をかけます。そして祝い事のときにはお金は新札、または折り目がついていないきれいなお札を用意します。お札の入れ方、贈る人の名前や金額の書き方にもきまりがあり、慣れないとちょっと大変かもしれません。でも、これらのマナーはお金を贈る相手を思いやる気持ちの表れだと言えるでしょう。

祝い事のとき

ご不幸のとき

In Japan, when a relative or friend has a celebration or misfortune, money is given to them as a gift. In such cases, you have to be careful about your manners. You put the money in *"noshi bukuro (an envelope for a gift of money)"* and hand it to your relative or friend. *"Noshi bukuro"* is an envelope made out of white Japanese paper, and it has a decorative string called *"Mizuhiki."* Red and white Mizuhiki is used for celebrations, and black and white Mizuhiki is used for misfortune. Also, for a celebration, new bills or clean bills with no creases need to be prepared. There are rules for how to insert bills and how to write the name of the person giving the gift and the amount, so it may be hard if you are not used to it. However, these manners show how you care about the person to whom you are giving money.

在日本，当亲戚或朋友遇到喜事或不幸时，通常会送上一笔钱作为礼物。在这样的场合，需要注意礼仪。将钱装在"のし袋"中并递送。所谓"のし袋"是用白色和纸做成的封套，上面带有一种叫做"水引"的装饰性绳索。在喜庆场合会用红白相间的水引，而在不幸时会用黑白相间的水引。此外，在庆祝活动时，需要准备新钞票或者没有折痕的整洁钞票。关于放钞票的方式、写赠送人姓名和金额的方式也有一定规定，对于不习惯的人可能有些麻烦。不过，这些礼仪规矩可以说是表达了对赠送对象的关心之情。

Ở Nhật Bản khi người thân hoặc bạn bè có hỉ hay có chuyện không may thì người ta thường gửi (biếu) tiền. Những lúc như thế thì phải chú ý đến cách thức, lễ nghi. Người ta bỏ tiền trong "túi Noshi" (phong bì đựng tiền mừng, phúng điếu...). "Túi Noshi" là một phong bì làm bằng giấy Nhật màu trắng, có đính kèm dây trang trí gọi là "Mizuhiki". Đối với chuyện vui người ta quấn dây "mizuhiki" màu hồng trắng, còn chuyện không may mắn thì người ta quấn dây "mizuhiki" màu trắng đen. Ngoài ra, khi mừng vì chuyện vui, tiền phải là tiền mới, không có nếp gấp. Cũng có những quy định về cách bỏ tiền vào, cách viết tên người gửi (biếu) tiền và số tiền, vì vậy nếu không quen thì sẽ rất phiền. Nhưng cách thức, văn hóa này có thể xem là sự thể hiện tình cảm, tâm tư của mình đến người nhận.

これ知ってる？

モーニングサービス

Morning Service ／ 早餐服务 ／ Dịch vụ buổi sáng

「モーニングサービス」と聞いて、何を想像しますか？　駐車場の早朝割引？それとも商店の朝限定セール？　正解は喫茶店の格安朝食サービスです。

例えば、名古屋のとある喫茶店のコーヒー代は400円。でも、朝7時から11時の間はコーヒーを注文すると、厚切りトーストとゆで卵のおまけがついてきます。また、コーヒー代の他に150円から300円ほど足すと豪華な朝食が出てくる店もあります。いずれにせよ、大変お得で嬉しいサービスです。これは愛知県や岐阜県一帯で独自に発展した文化だと言われており、これらの地域では、週末に家族揃って喫茶店の朝食を楽しむ光景があちこちで見られるそうです。

What would you imagine when you hear "morning service?" An early morning parking discount? Or a limited morning sale at a store? The correct answer is a cheap breakfast service at a coffee shop.

For example, at a certain coffee shop in Nagoya, the coffee costs 400 yen. However, if you order coffee between 7 am and 11 am, you'll receive a bonus of thick-sliced toast and a boiled egg. Also, some coffee shops offer a luxurious breakfast if you add about 150 to 300 yen in addition to the coffee price. In any case, it is a great value and happy service. This is said to be a culture that developed uniquely in the Aichi and Gifu prefectures, and in many areas you can often see families enjoying breakfast together at coffee shops on weekends.

听到"モーニングサービス"这个词，你会想到什么呢？停车场的早晨折扣？还是商店的早晨限定特惠？正确答案是咖啡店提供的优惠早餐服务。

比如，名古屋的某家咖啡店的咖啡价格是 400 日元。但是，在早上 7 点到 11 点之间点咖啡，就会附赠厚切吐司和煮蛋。此外，有些店铺除了咖啡费用外，再额外支付 150 到 300 日元，就能享受到丰盛的早餐。无论如何，这都是一项非常划算和令人高兴的服务。据说这是爱知县和岐阜县一带独自发展起来的文化，这些地区的人们经常在周末一家人一起到咖啡店享受早餐，这样的景象随处可见。

Khi các bạn nghe từ "morning service" (dịch vụ buổi sáng) thì các bạn liên tưởng đến điều gì? Giảm giá sáng sớm ở bãi giữ xe? Hay là giảm giá buổi sáng ở một cửa hàng nào đó? Câu trả lời chính xác là dịch vụ ăn sáng với giá siêu rẻ ở quán cà phê.

Ví dụ như, tiền cà phê ở một quán nước tại Nagoya có giá là 400 yên. Nhưng nếu từ 7 giờ đến 11 giờ sáng các bạn gọi cà phê thì sẽ được kèm theo bánh nướng và trứng luộc. Ngoài ra, cũng có những quán nếu thêm vào tiền cà phê khoảng từ 150 yên đến 300 yên thì các bạn sẽ có một bữa sáng thịnh soạn. Có thể nói đây là một dịch vụ rất có lợi. Người ta nói rằng đây là một dạng văn hóa tự phát có xuất phát từ vùng Aichi và tỉnh Gifu. Nghe nói ở vùng này vào cuối tuần thì người ta thấy nhiều gia đình cùng nhau đi ăn sáng.

Self Check ☑

● 自己評価をしてみましょう。
じ こ ひょう か
Let's make a self-assessment. 自我评价一下吧。Thử tự đánh giá bản thân.

① 下の音声ファイルをシャドーイングして、自分の声を録音します。
した　おんせい　　　　　　　　　　　　　　　　　じぶん　こえ　ろくおん

② スクリプトを見ながら録音を聞き、できているかどうか確認しましょう。そして、チェック表で
み　　　　ろくおん　き　　　　　　　　　　　　　　かくにん　　　　　　　　　　　　　　　ひょう

得点をつけましょう。
とくてん

③ うまく言えなかった部分には○をつけましょう。
い　　　　ぶぶん

① Use the following audio file for shadowing, and record your voice. ② Listen to your recording while looking at the script, and confirm whether you were able to complete it or not. Then score your recording, using the check table. ③ Mark the parts with ○ that you could not repeat well.	① 跟读下面的音频，给自己录个音。 ② 看着脚本内容听录音，确认自己是否跟上了。然后在确认表上打分吧。 ③ 在没有能跟对的地方上做个 "○" 的标记。	① Luyện tập shadowing (nói theo) file âm thanh, sau đó tự thu âm giọng của mình. ② Vừa nghe thu âm vừa xem phần script trong sách, kiểm tra xem mình đã làm được hay chưa. Sau đó tự chấm điểm ở bảng kiểm tra. ③ Đánh dấu ○ vào phần chưa nói được tốt.

Unit 1

「人気のある日本食は？」。これは、インターネットのサイトやテレビ番
にんき　　　　にほんしょく　　　　　　　　　　　　　　　　　　　　　　　　　　　ばん

組などでよく見るテーマです。みなさんの答えは寿司？　それとも刺身で
ぐみ　　　　　み　　　　　　　　　　　　　　　こた　　すし　　　　　　　さしみ

しょうか。どちらも代表的な日本料理ですが、もう一つ、ベスト３に出
だいひょうてき　にほんりょうり　　　　　　　ひと　　　　スリー　て

てくる日本食にラーメンがあります。
にほんしょく

「えっ？　ラーメンが日本食？」と思う人もいるかもしれません。その
にほんしょく　　　おも　ひと

名前から中華料理だと思っている人も少なくないでしょう。歴史を調べ
なまえ　　ちゅうかりょうり　　　おも　　　　ひと　すく　　　　　　　　　れきし　しら

てみると、水戸光圀が初めて食べたとか、横浜の外国人居留地で始まった
みとみつくに　はじ　　た　　　　　よこはま　がいこくじんきょりゅうち　はじ

とか、いろいろな説があります。どれも初めは中国人によって日本に紹
せつ　　　　　　　　　　　はじ　　ちゅうごくじん　　　　　にほん　しょう

介されたとしていますが、私たちが知っているラーメンとはずいぶん違う
かい　　　　　　　　　　わたし　　　し　　　　　　　　　　　　　　　　　　ちが

ものだったようです。

❶ 正確に言葉や文が言えた せいかく　ことば　ぶん　い	1	2	3	4	合計 ごうけい
❷ 正確に発音できた せいかく　はつおん	1	2	3	4	
❸ 飛ばさずに、スムーズに言えた と　　　　　　　　　　　い	1	2	3	4	／ 12 点

See➡ p.12,16,20

日本で最初にコーヒーが伝わったのは、どこか知っていますか？　答え
は、長崎です。では、日本で最初にボーリング場が作られたのは、どこ
でしょう。その答えも、長崎です。実は、ビリヤード、バドミントン、ト
マト、チョコレート、ビールなども、長崎から日本各地に伝わったと言わ
れています。それには、日本の鎖国時代、すなわち江戸時代が大きく関係
しています。

　まず、江戸時代を西暦で言うと、１６０３年から１８６８年に当た
ります。その時代は、鎖国によって、日本人が外国に行ったり、逆に外国
人が日本に来たりすることが自由にできませんでした。なぜなら、江戸幕
府が、日本各地にキリスト教が広まることを恐れたためです。また、西
日本の大名が外国との貿易を盛んに行うことによって経済力をつけ、江
戸幕府を倒すことも恐れました。そのため、外国との交流をどんどん厳し
くしていったのです。その結果、当時、日本で１か所だけ、ヨーロッパ
の国、オランダと交流ができるようにしました。それが、長崎の出島です。

　出島は埋め立てて作られた人工的な島で、東京ドームの３分の１程度
の大きさしかありませんでした。しかし、当時、西洋の知識が入って来る、
日本でたった一つの場所だったため、日本各地から多くの学者や文化人が
長崎にやって来て学んだそうです。このようなことから、その頃の長崎は、
日本の最先端の場所だったといえるかもしれません。

❶ 正確に言葉や文が言えた	1	2	3	4	合計
❷ 正確に発音できた	1	2	3	4	
❸ 飛ばさずに、スムーズに言えた	1	2	3	4	／ 12 点

See➡ p.12,16,20

Unit 1〜Unit 4のほかの文章も、録音して、自分でチェックしてみましょう！
Record the other sentences from Unit 1 to Unit 4 and check them yourself!
Unit 1〜Unit 4以外的文章也试着录个音，自己确认一下吧。
Các bạn cũng hãy tự thu âm và kiểm tra những đoạn văn khác của Unit 1 đến Unit 4.

日本人と桜
にほんじん さくら

★★★★★

Japanese People and Cherry Blossoms
日本人与櫻花
Người Nhật và hoa Sakura

see ▶ p.151

①	【日時】から 【日時】にかけて	3月から4月にかけて、ニュースでよく耳にします。
②	Nこそ	今年こそお花見をしたいと思ったんです。
③	V-ないうちに	桜が散らないうちにお花見をしたいね。

モノローグ

(●) 30

みなさんは「桜前線」という言葉を
知っていますか？　これは、お花見の
季節、つまり3月から4月にかけて、
ニュースでよく耳にする言葉です。気
象庁は毎年、過去のデータをもとに、
日本各地でいつ桜が咲くかを予想して発表します。桜前線は、その予
想日を線で結んだものです。天気図の前線のようになることから、マス
メディアによってこのように呼ばれるようになったそうです。

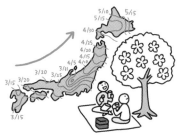

桜前線は、日本列島を南から北へ、少しずつ上がっていきます。沖

Grammar → p.151, 152

④ Nをもとに
⑤ 〜ことから
⑥ Nなど
⑦ Nに対して
⑧ 〜ほど（だ）

Words

桜前線：cherry blossom front ／櫻花开放前线／
さくらぜんせん　　　　　　　　　　　　　　　　　　　　　
　　　　　đường dự báo hoa Sakura nở các vùng

気象庁：Japan Meteorological Agency ／气象局
きしょうちょう

／ đài khí tượng

予想する：predict ／预测／ dự báo
よそう

前線：weather map front ／前线／ đường dự báo
ぜんせん

マスメディア：mass media ／媒体／ truyền thông

日本列島：Japanese isldands ／日本列岛／ đảo
にほんれっとう　　　　　　　　　　　　　　　　　　Nhật

沖縄：Okinawa ／冲绳／ Okinawa
おきなわ

ヒカンザクラ：Hikanzakura (a type of cherry
blossom) ／緋寒櫻（櫻花的一种）／
Hikanzakura (một loại hoa Sakura)

縄では、１月中旬にヒカンザクラが咲き始めます。一方、日本中で見られるソメイヨシノが咲き始めるのは、早くても３月中旬です。その頃になると、人々は自分の住む地域に桜前線が北上してくるのを楽しみにします。そして、お花見や桜の名所を訪ねる旅行**など**を計画します。上司や同僚とのお花見を計画する会社もあります。なかには、桜前線を追いかけて、日本列島を北上する人もいます。そうすれば、全国各地で何回もお花見ができるからです。

　日本人の多くは、桜**に対して**特別な思いがあります。そして、春が来ると、桜が咲くのを心待ちにします。そのような期待と結びついた「桜前線」という言葉は、歌のタイトルになる**ほど**、日本人に親しみをもたれるようになりました。

Section II

ソメイヨシノ：Someiyoshino (a type of cherry blossom) ／染井吉野(櫻花的一种)／ Someiyshino (một loại hoa Sakura)

地域：area ／地区／ khu vực

北上する：go north ／向北上／ lên phía Bắc

名所：famous spot ／有名地／ các địa danh nổi tiếng

など：such as ／等等／ vân vân

そうすれば：when they do that ／这样做的话／ làm như thế

全国各地：all over the country ／全国各地／ các nơi trên toàn quốc

心待ちにする：look forward to it ／在心里期待／ mong đợi

期待：expectations ／期待的／ kỳ vọng

結びつく：connect ／有联系的／ kết nối với

タイトル：title ／标题／ tựa đề

ダイアローグ

フォーマル 桜前線のゴール
　　　　　　さくらぜんせん

Situation　上司と部下がお花見について話しています。
　　　　　　じょうし　ぶか　　　　　　　はなみ　　　はな

竹内(主任)：今年こそ桜が**散らないうちに**ゆっくりお花見をしたいと
たけうち しゅにん　ことし　さくら　ち　　　　　　　　　　はなみ

　　　　　　思ったんですけど、やっぱりだめでした。
　　　　　　おも

吉田　　：僕もです。年度末は仕事が特に忙しいですからね。そう
よしだ　　ぼく　　　ねんどまつ　しごと　とく　いそが

　　　　だ！　５月の社員旅行、北海道に花見に行くことを提案し
　　　　　　　ごがつ　しゃいんりょこう　ほっかいどう　はなみ　い　　　　　　ていあん

　　　ませんか？

竹内　　：えっ、北海道でお花見ですか？
　　　　　　　　ほっかいどう　はなみ

吉田　　：はい。桜前線は毎年５月に入ってから釧路でゴールを迎え
　　　　　　　さくらぜんせん　まいとしごがつ　はい　　　くしろ　　　　　　むか

　　　　るそうですよ。だから、北海道の桜の見頃はちょうどゴー
　　　　　　　　　　　　　　　ほっかいどう　さくら　みごろ

　　　ルデン・ウィークの頃なんです。ソメイヨシノじゃなくて、
　　　　　　　　　　　　ころ

　　　エゾヤマザクラっていう桜らしいですけど。
　　　　　　　　　　　　さくら

竹内　　：へー。どんな桜か知っていますか？
　　　　　　　　　　さくら　し

吉田　　：写真で見ただけですけど、ソメイヨシノより色が濃くて、野
　　　　　しゃしん　み　　　　　　　　　　　　　　　　いろ　こ　　や

　　　　性的な感じがします。植物図鑑によると、桜は寒い地域に
　　　　せいてき　かん　　　　　しょくぶつずかん　　　　さくら　さむ　ちいき

　　　行くほど色が鮮やかになるそうですよ。
　　　い　　　いろ　あざ

Grammar → p.151, 152

② N こそ

③ V- ないうちに

⑨ N らしい

⑩ (〜ば) V (普通形)ほど
　　　　　　ふつうけい

Words

桜前線：cherry blossom front ／櫻花开放前线／
さくらぜんせん　　　　　đường dự báo hoa Sakura nở các vùng

散る：fall ／凋零／ rụng
ち

年度末：the end of the fiscal year ／年度末／ cuối
ねんどまつ

năm tài chính

社員旅行：company trip ／员工旅行／ du lịch
しゃいんりょこう　　　　　　　　　　　　　công ty

北海道：Hokkaido ／北海道／ Hokkaido
ほっかいどう

提案する：suggest ／提方案／ đề xuất
ていあん

釧路：Kushiro (place name) ／钏路(地名)／
くしろ　　　　　　　　　　　　　Kushiro (tên địa danh)

ゴールを迎える：reach the goal ／迎来终点／ đón
　　　　むか　　　　　　　　　　　　　　　đích

見頃：best time to see ／正好看的时候／ đang
みごろ

竹内　：そうなんですか。一度見てみたいです。

吉田　：それに北海道では花見にジンギスカンを焼いて食べるそう
　　　　です。

竹内　：わー、楽しそう。北海道でのお花見、名案ですね！

吉田　：じゃあ、早速、課の人たちに提案してみます。

竹内　：ええ、よろしくね。早く旅行のスケジュールを立てて、飛行
　　　　機やホテルの予約をしなきゃいけないですね。

吉田　：そうですね。5月は観光シーズンでどこも混みますから、早
　　　　く予約したほうがいいですね。

đúng thời điểm xem	bách khoa toàn thư về thực vật
ゴールデン・ウィーク：Golden Week Holidays ／黄金周／ Golden Week (tuần lễ vàng)	鮮やか：bright color ／鲜艳的／ rực rỡ
ソメイヨシノ：Someiyoshino (a type of cherry blossom) ／染井吉野（樱花的一种）／ Someiyshino (một loại hoa Sakura)	ジンギスカン：Genghis Khan (mutton/lamb grilled on a hot plate) ／羊肉料理／ Genghis Khan (món thịt cừu nướng)
エゾヤマザクラ：Ezo Yamazakura (a type of cherry blossom) ／虾夷山樱（樱花的一种）／ Ezoyamazakura (tên một loại hoa Sakura)	名案：good idea ／好办法，好主意／ đề xuất hay
	早速：immediately ／立刻，迅速／ liền, gấp
	課：section ／部门／ nhóm, tổ
野性的：wild ／野性／ dại	観光シーズン：tourist season ／观光季节／ mùa du lịch
植物図鑑：plant encyclopedia ／植物图鉴／ sách	

ダイアローグ

カジュアル 桜前線のゴール
さくらぜんせん

Situation 夫婦がお花見について話しています。
ふうふ　　　　はなみ　　　はな

妻 ：今年こそ桜が**散らないうちに**ゆっくりお花見をしたいと思っ
つま　　ことし　さくら　ち　　　　　　　　　　　　　　　　はなみ　　　　　おも
たけど、やっぱりだめだったね。

夫 ：そうだね。年度末は仕事が特に忙しいからな。そうだ！
おっと　　　　　　　ねんどまつ　しごと　とく　いそが
ゴールデン・ウィークに子どもたちを連れて、北海道に花
こ　　　　つ　　　　　ほっかいどう　はな
見に行こうか。
み　い

妻 ：えっ、北海道でお花見？
ほっかいどう　　はなみ

夫 ：うん。桜前線は毎年5月に入ってから釧路でゴールを迎える
さくらぜんせん　まいとしごがつ　はい　　　　　くしろ　　　　　　むか
んだって。だから、北海道の桜の見頃はちょうどゴールデ
ほっかいどう　さくら　みごろ
ン・ウィークの頃なんだよ。ソメイヨシノじゃなくて、エゾ
ころ
ヤマザクラっていう桜**らしい**けど。
さくら

妻 ：へー。どんな桜か知ってるの？
さくら　し

夫 ：写真で見ただけだけど、ソメイヨシノより色が濃くて、野性
しゃしん　み　　　　　　　　　　　　　　　いろ　こ　　　やせい
的な感じがするよ。植物図鑑によると、桜は寒い地域に**行
てき　かん　　　　　　しょくぶつずかん　　　　　さくら　さむ　ちいき　い
くほど**色が鮮やかになる**んだって**さ。
いろ　あざ

妻 ：そうなんだ。一度見てみたいな。
いちどみ

Grammar → p.151, 152
②Nこそ
③V- ないうちに
⑪〜んだって。
⑨Nらしい
⑩(〜ば) V（普通形）ほど
ふつうけい
⑫V- なきゃ

Words
桜 前線：cherry blossom front ／櫻花开放前线
さくらぜんせん
　　　　　　　　　 đường dự báo hoa Sakura nở các vùng

妻：wife ／妻子／ vợ
つま
散る：disperse ／凋零／ rụng
ち
夫：husband ／丈夫／ chồng
おっと
年度末：the end of the fiscal year ／年度末／
ねんどまつ　　cuối năm tài chính
ゴールデン・ウィーク：Golden Week Holidays
　　　　　　　／黄金周／ Golden Week (tuần lễ vàng)
北海道：Hokkaido ／北海道／ Hokkaido
ほっかいどう
釧路：Kushiro (place name) ／钏路（地名）／
くしろ　　Kushiro
ゴールを迎える：reach the goal ／迎来终点／
むか

夫　　：それに北海道じゃ花見にジンギスカンを焼いて食べるんだ
　　　　って。

妻　　：わー、楽しそう！

夫　　：子どもたちも喜ぶと思うよ。

妻　　：うん。じゃあ、早速旅行のスケジュールを立てて、早く飛行
　　　　機やホテルの予約をしなきゃ。

夫　　：そうだね。ゴールデン・ウィークはどこも混むから、すぐ予
　　　　約しよう。

đón dịch

見頃：best time to see ／正好看的时候／ đang
　　　đúng thời điểm xem

ソメイヨシノ：Someiyoshino (a type of cherry
　　　blossom) ／染井吉野(櫻花的种类) ／
　　　Someiyoshino (một loại hoa Sakura)

エゾヤマザクラ：Ezo Yamazakura (a type of
　　　cherry blossom) ／虾夷山樱(櫻花的种类)
　　　／ Ezoyamazakura (tên một loại hoa
　　　Sakura)

野性的：wild ／野性／ dại

植物図鑑：plant encyclopedia ／植物图鉴／ sách
　　　bác khoa toàn thư về thực vật

鮮やか：bright color ／鲜艳的／ rực rỡ

～じゃ（＝～では）：in ~　(in Hokkaido) ／在~
　　　／ ~ thì

ジンギスカン：Genghis Khan (mutton/lamb grilled
　　　on a hot plate) ／羊肉料理／ Genghis Khan
　　　(món thịt cừu nướng)

早速：immediately ／立刻，迅速／ liền, gấp

声優
せいゆう
Voice Actor
声优
Diễn viên lồng tiếng

★★★★★

see ▶ p.152

①	～ほど（だ）	その人気の高さは「アイドル声優」という言葉が生まれるほどです。
②	V-がち	最近授業を休みがちですね。
③	イA-いうちに	若いうちに、自分がやりたいことに挑戦するべきだ。

モノローグ

(())33

　日本のアニメは、国内外で親しまれています。アニメを見たことがきっかけで、日本語を学び始めた人も多いでしょう。そのアニメになくてはならないのが、声優です。声優というのは、声だけで演技をする俳優のことです。なかには、自由自在に老若男女を演じ分けられる声優もいます。アニメのキャラクターに命を吹き込むのは声優だと言えるかもしれません。

　有名な声優といえば、故・大山のぶ代さんです。彼女は、ドラえもん

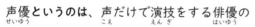

Grammar → p.153
④ N というのは
⑤ N といえば、～

Words
国内外：domestic and overseas ／国内外／ trong và ngoài nước
こくないがい

演技：performance ／演技／ diễn
えんぎ

俳優：actor ／演员／ nghệ sĩ
はいゆう

自由自在：freely ／自由自在／ tự do tự tại
じゆうじざい

老若男女：men and women of all ages ／男女
ろうにゃくなんにょ 　　　　　老少／ già trẻ trai gái

演じ分ける：play different roles ／区别扮演／
えん　わ 　　　　lồng tiếng nhiều vai

キャラクター：characters ／角色／ nhân vật

命を吹き込む：breathe life into ／赋予生命力
いのち　ふ　こ 　／thổi hồn vào

故・（人名）：late (person's name) ／已故(人名)
こ　　しんめい 　／ cố (tên người)

ドラえもん：Doraemon ／哆啦Ａ梦／

の声を２６年間も演じました。学生時代は自分の声にコンプレックスを持っていたそうです。でも、お母さんの助言で、自分のコンプレックスを強みにすることを考えて、声優になりました。そんな彼女の独特な声が、ドラえもんの人気をずっと支え続けてきたと言えるでしょう。

　最近の声優の中には、出演したアニメのキャラクターソングを歌ってＣＤを出したり、コンサートを開いたりする人もいます。その人気の高さは「アイドル声優」という言葉が生まれる**ほど**で、ファンクラブもあります。また、アイドル声優にあこがれて、声優養成所や専門学校に入る若者が増えています。でも、プロの声優になれるのはほんのわずかな人だけです。

Đôraemon	viên lồng tiếng thần tượng
演じる：perform ／演／ diễn	ファンクラブ：fan club ／粉丝团／ câu lạc bộ fan hâm mộ
コンプレックス：complex ／情结／ tự ti	あこがれる：admire ／憧憬／ ngưỡng mộ
助言：advice ／建议／ khuyên	声優養成所：voice actor training school ／声优培训学校／ trung tâm đào tạo diễn viên lồng tiếng
強み：strength ／强项／ điểm mạnh	
独特な：unique ／独特的／ độc đáo	若者：young people ／年轻人／ người trẻ
キャラクターソング：character song ／角色歌／ bài hát nhân vật	プロ：professional ／专家／ chuyên nghiệp
アイドル声優：idol voice actor ／偶像声优／ diễn	ほんの：just (a small number) ／只是／ chỉ ít

声優を目指して
せいゆう めざ

🔊 **34**

Situation｜先生と学生が欠席理由について話しています。
せんせい がくせい けっせきりゆう はな

高木（先生）：中村さん、まだレポートが出ていませんよ。
たかぎ せんせい なかむら て

中村（学生）：あのう先生、締め切りはあさってじゃないですか？
なかむら がくせい せんせい し き

高木　：いいえ。先週の木曜日だったんですよ。
せんしゅう もくようび

中村　：すみません。思い違いをしていました。
おも ちが

高木　：困りますね。それに、最近授業を**休みがち**ですね。
こま さいきんじゅぎょう やす

中村　：は、はい。

高木　：病気のとき**でさえ**欠席したことがなかった中村さんが最近
びょうき けっせき なかむら さいきん

　　　　よく休むので、心配しているんですよ。
やす しんぱい

中村　：ご心配をおかけして、申し訳ありません。
しんぱい もう わけ

高木　：何かあったんですか？
なに

中村　：実は、声優養成所の夜間コースに通い始めたんです。
じつ せいゆうようせいじょ やかん かよ はじ

高木　：声優養成所？　中村さんは経済学が専門では？
せいゆうようせいじょ なかむら けいざいがく せんもん

中村　：はい、そうなんですけど…。そろそろ就活が始まるので、
しゅうかつ はじ

　　　　将来について真剣に考えてみたんです。このまま就職して
しょうらい しんけん かんが しゅうしょく

　　　　しまっていいの**かな**と…。

Grammar → p.153, 154

② V- がち
⑥ N でさえ
⑦ 〜かな
③ イ A-いうちに
⑧ V- るべきだ
⑨ 〜というわけ（だ）
⑩ V- た以上に
　　　　 い じょう

Words

声優：voice actor ／声优／ Diễn viên lồng tiếng
せいゆう

締め切り：deadline ／截止日／ hạn chót
し き

思い違い：misunderstanding ／误会／ nhớ lầm
おも ちが

声優養成所：voice actor training school ／声优培
せいゆうようせいじょ
　　　　訓学校／ trung tâm đào tạo diễn viên lồng
　　　　tiếng

夜間コース：night course ／晚间课程／ lớp ban đêm
やかん

通い始める：start attending ／入学／ bắt đầu
かよ はじ
　　　　theo học

そろそろ：gradually ／差不多该／ sắp

就活：job hunting ／就职／ xin việc
しゅうかつ

高木　：それで？

中村　：やっぱり、**若いうちに**、自分が本当にやりたいことに**挑戦す**
　　　　るべきだと思ったんです。

高木　：つまり、声優が本当にやりたいこと**というわけ**？

中村　：はい。でも、大学の勉強と声優養成所のレッスンを両立さ
　　　　せるのは、**思った以上に**大変でした。

高木　：そうだったんですか。チャレンジ精神、おおいに結構！　声
　　　　優養成所をやめろと言うつもりは、全くありませんよ。

中村　：先生、ご理解ありがとうございます！

高木　：でも、大学の勉強をおろそかにするのはだめです。自分で
　　　　決めたことなんですから、なんとしても両立させる努力を
　　　　してください。

中村　：はい、がんばります。

高木　：じゃあ、レポートはあさってまでに出してくださいね。

中村　：わかりました。ありがとうございます。

Section II

真剣に：seriously ／认真地／ đàng hoàng
しんけん

挑戦する：challenge ／挑战／ thử thách
ちょうせん

つまり：in other words ／也就是说／ tóm lại

レッスン：lesson ／课程／ lớp học

両立する：manage both ／相容／ làm tốt cả hai
りょうりつ

チャレンジ精神：spirit of challenge ／挑战精神／
　　　　　　せいしん
　　　tinh thần thử thách

おおいに：extremely ／很多／ vậy thì

結構：fine ／很好／ được rồi
けっこう

全く：absolutely ／完全／ hoàn toàn
まった

おろそか：neglect ／不仅／ bê trễ

ダイアローグ

声優を目指して
せいゆう　めざ

 35

Situation　アニメサークルの二人が声優養成所について話しています。
ふたり　せいゆうようせいじょ　はな

鈴木 ：中村くん、最近顔を見ないから、心配してたんだよ。例会に
すずき　なかむら　さいきんかお　み　しんぱい　れいかい

　　　　も来なかったし…。
こ

中村 ：えっ？　例会はあさってでしょ？
なかむら　れいかい

鈴木 ：何言ってんの。先週の木曜だったんだよ。
なにい　せんしゅう　もくよう

中村 ：あ、ごめん、ごめん。思い違いしてた…。
おも　ちが

鈴木 ：やだなー。大事な例会だったのに。それに、授業も**サボり**
だいじ　れいかい　じゅぎょう

　　　　がちみたいだし。何かあったの？
なに

中村 ：いや、ちょっと忙しくて…。
いそが

鈴木 ：忙しいって、何が？
いそが　なに

中村 ：実は、声優養成所の夜間コースに通い始めたんだ。
じつ　せいゆうようせいじょ　やかん　かよ　はじ

鈴木 ：えっ、声優養成所？　中村くんが声優にあこがれてるのは
せいゆうようせいじょ　なかむら　せいゆう

　　　　知ってたけど…。
し

中村 ：うん。そろそろ就活が始まるから、自分の将来についてま
しゅうかつ　はじ　じぶん　しょうらい

　　　　じめに考えてみたんだ。このまま就職しちゃっていいの**か**
かんが　しゅうしょく

　　　　なって。

▶ Grammar → p.153, 154

② V- がち

⑦ ～かな

③ イ A- いうちに

⑧ V- るべきだ

⑨ (～という)わけだ

▶ Words

アニメサークル：anime club ／动漫同好会／ hội
những người thích anime

声優養成所：voice actor training school ／声优培训
せいゆうようせいじょ　学校／ trung tâm đào tạo diễn viên lồng tiếng

例会：regular meeting ／例会／ hội thảo thường kỳ
れいかい

思い違い：misunderstanding ／误会／ nhớ lầm
おも　ちが

サボる：skip ／逃课／ trốn

夜間コース：night course ／晚间课程／ lớp ban
やかん　đêm

通い始める：start attending ／入学／ bắt đầu
かよ　はじ　theo học

あこがれる：admire ／憧憬／ ngưỡng mộ

鈴木 ：そういう迷いは、私にもあるよ。

中村 ：でしょ？ 若いうちに、自分が本当にやりたいことに**挑戦す
るべき**だよ。

鈴木 ：それはそうだけど、私は実行に移す勇気がないなー。中村
くん、すごいね。

中村 ：いやー、それが思った以上に大変なんだよ。授業もサボり
たい**わけじゃない**んだけどさ。

鈴木 ：養成所では、今どんなレッスン受けてるの？

中村 ：今は、発声練習や演技の基本を勉強してるんだ。もうすぐ
上のクラスに上がるためのテストがあるから、毎日五、六時
間は練習しないとね。

鈴木 ：わー、大変そう…。がんばってね！ 今度私の自主制作ア
ニメができたら、出演を依頼するからね。

中村 ：うん、出演させてもらえるようにがんばるよ。

就活：job hunting ／就职／ xin việc
迷い：hesitation ／迷茫／ bối rối
挑戦する：challenge ／挑战／ thử thách
実行：action ／实行／ thực hiện
移す：put into (action) ／转移／ chuyển sang
勇気：courage ／勇气／ dũng khí
レッスン：lesson ／课程／ lớp học
発声練習：vocal practice ／发声练习／ luyện tập
　　phát thanh

演技：performance ／演技／ diễn
自主制作アニメ：independently produced anime
　　／自主制作动漫／ anime tự sáng tác
依頼する：request ／拜托／ nhờ, yêu cầu
出演する：perform ／出演／ diễn

これ知ってる？

桜を食べる
さくら　た

Eating Cherry Blossoms ／品尝樱花／ Thưởng thức hoa Sakura

みなさんは桜を食べたことがありますか？　桜は目で見て楽しむだけでなく、舌で味わって楽しむこともできます。例えば、「桜湯」。桜の花の塩漬けにお湯をそそいでいただきます。お湯に浮かんだ花がきれいだし、ほのかに桜の香りがするんですよ。桜湯は縁起がいいと言われているので、結納などのおめでたい席でお客さんに出されることが多いです。それから、「桜餅」。桜の季節には欠かせない和菓子で、塩漬けの桜の葉に包まれています。お餅の中に入っているあずき餡の甘さと塩漬けの葉のハーモニーが絶妙でおいしいですよ。桜の花や葉の塩漬けは伝統的な食べ方ですが、最近では桜の花のジャムなど、洋風の食べ方も人気があるようです。

桜湯
さくらゆ

桜餅
さくらもち

Have you ever eaten cherry blossoms? You can enjoy cherry blossoms not only with your eyes, but also tasting them with your tongue. For example, *"Sakura-yu."* Pouring hot water over salted cherry blossoms and drink it. The cherry blossoms floating in the hot water are pretty, and have a faint scent of cherry blossoms. Sakura-yu is said to be auspicious. Therefore, it is often served to guests at auspicious occasions such as engagement ceremonies. Another example is *"Sakura-mochi."* This Japanese sweet is essential during the cherry blossom season and is wrapped in salted cherry blossom leaves. The sweetness of the *azuki* bean paste inside the rice cake and the salted leaves create a perfect harmony and is very tasty. Salted cherry blossom flowers and leaves are a traditional way to eat them, but recently, Western ways of eating them, such as making cherry blossom jam, seem to be also popular.

大家有吃过樱花吗？樱花不仅可以用眼睛欣赏,还可以通过舌头来品味它。比如说,"樱花茶"。将盐腌樱花浸泡在热水中饮用。浮在水面的樱花很美丽，而且水中还飘着淡淡的樱花香味。樱花茶被认为是吉祥之物，所以在订婚等喜庆场合经常会被用来招待客人。还有，"樱花饼"。这是樱花季节必不可少的和式点心，由盐腌的樱花叶包裹。饼内的红豆馅和樱花叶的咸甜味道交融得恰到好处，非常美味。盐腌樱花和叶子是传统的食用方式，不过最近樱花花瓣果酱等西式食用方式也很受欢迎。

Các bạn đã từng ăn hoa Sakura chưa? Hoa Sakura không những có thể thưởng thức được bằng mắt mà còn có thể thưởng thức bằng vị giác (lưỡi). Ví dụ như "Sakura Yu" chẳng hạn. Đây là loại nước uống dùng nước nóng cho vào hoa Sakura ngâm muối. Cánh hoa Sakura nổi trên mặt nước nóng rất đẹp, ngoài ra còn có hương thơm của hoa. Người ta nói Sakura Yu là thức uống may mắn nên vào những dịp lễ hỷ như lễ đính hôn chẳng hạn thì người ta thường mời khách nước uống này. Ngoài ra, còn có món "Sakura Mochi". Đây là món bánh truyền thống Nhật Bản không thể thiếu trong các mùa hoa Sakura, được cuộn bằng lá cây Sakura ngâm muối. Sự kết hợp hài hòa của độ ngọt nhân đậu trong miếng bánh mochi với miếng lá ngâm muối làm nên tuyệt phẩm rất ngon. Cánh hoa Sakura và lá ngâm muối là món ăn truyền thống từ ngày xưa, gần đây những cách ăn theo kiểu phương Tây như mứt hoa Sakura cũng trở nên rất thịnh hành.

これ知ってる？

早口言葉
はやくちことば

Tongue Twister ／绕口令／ Những cụm từ dễ líu lưỡi khi đọc nhanh

声優を目指す人は声を鍛え、表現力をつけるためにさまざまな訓練をしますが、早口言葉の練習もその一つです。言いにくい言葉を早口で言う練習をすると、舌が滑らかに動くようになります。これを「滑舌」と言います。簡単な早口言葉から始めて、だんだん難易度を上げ、滑舌度を高めていきます。みなさんも自分の滑舌度をチェックしてみませんか？

People who aim to become voice actors do various training to improve their voice and develop their expressiveness. Practicing tongue twisters is one of the trainings. If you practice saying difficult words quickly, your tongue will move more smoothly. This is called a "smooth tongue." By beginning with simple tongue twisters and gradually increase the level of difficulty, you can improve the smoothness. Why don't you try checking your level of smoothness?

想成为声优的人会进行各种训练来锻炼声音，提高表现力，而绕口令的练习就是其中之一。通过练习说出难以发音的词语，可以使舌头更加灵活。这被称为"滑舌"。从简单的绕口令开始，逐渐提高难度，增强滑舌能力。大家也可以检验一下自己的滑舌水平哦。

Những người có mong muốn trở thành diễn viên lồng tiếng phải luyện tập rất nhiều như luyện âm, năng lực biểu cảm, và luyện nói nhanh những cụm từ khó phát âm là một trong những mục luyện tập đó. Luyện tập nói nhanh những từ, cụm từ khó phát âm sẽ giúp cho lưỡi cử động tốt và sẽ nói trơn tru hơn. Người ta gọi cái này là "katsuzetsu" (nói lưu loát). Bắt đầu bằng việc luyện tập nói nhanh những từ, cụm từ đơn giản sau đó tăng dần độ khó lên, lúc đó có thể nâng cao được độ lưu loát. Các bạn thử đánh giá mức độ nói lưu loát của mình xem.

レベル1

なまむぎ、なまごめ、なまたまご
生麦、生米、生卵
Raw barley, raw rice, raw eggs ／生麦，生米，生鸡蛋／ lúa mì, gạo, trứng sống

レベル2

ぼうずがじょうずにびょうぶにぼうずのえをかいた。
坊主が上手にびょうぶに坊主の絵を描いた。
A monk painted a picture of a monk on a folding screen very well. ／和尚熟练地在屏风上画了和尚的画。／ Nhà sư vẽ bức tranh nhà sư trên bức bình phong rất đẹp.

レベル3

とうきょうとっきょきょかきょくちょう
きょうきゅうきょきゅうかきょかきょひ
東京特許許可局長　今日急遽休暇許可拒否
Director of Tokyo patent permit office, sudden denial of vacation permission today ／
东京专利审批局局长 拒绝今日临时休假／ Trưởng cục cấp phép bằng sáng chế Tokyo Hôm nay phản đối nghỉ đột xuất

落語
らくご

Rakugo (comic story)
落语
Rakugo (hài kịch độc thoại)

★★★★★

see ▶ p.154

①	～ものの	ステージはシンプルなものの、噺家は扇子と手ぬぐいを上手に使って話します。
②	V-(よ)うとする	伝統の世界に入ろうとする外国人は稀です。
③	V-たとたん	一度寄席に行ったとたん、落語の大ファンになりました。

モノローグ

◀)) 36

　日本の伝統芸能の一つに、落語があります。落語は江戸時代から続く芸能で、噺家と呼ばれる人がおもしろい話をして、お客さんを楽しませます。ステージはシンプルなものの、噺家は一人で何人もの声や身振りを演じ分けたり、扇子と手ぬぐいを上手に使ったりしながら話します。すると、お客さんはいつの間にか、物語の世界に入ってしまいます。

　伝統芸能のプロになるためには、何年も厳しい修行をしなければな

Grammar → p.154, 155

④～わけではない
⑤Nとして
⑥Nをはじめ
⑦Nのおかげで

Words

伝統芸能：traditional entertainment ／传统艺能
でんとうげいのう　／ nghệ thuật truyền thống

江戸時代：Edo period (1603-1868) ／江户时代
えどじだい　thời đại Edo

シンプルな：simple ／简单的／ đơn giản

噺家：storyteller ／落语家／ nghệ sĩ tấu hài
はなしか

身振り：gesture ／手势，肢体语言／ cử chỉ
みぶ

演じ分ける：play different roles ／区别演绎／
えん　わ　diễn nhiều vai

扇子：Japanese fan ／扇子／ quạt
せんす

手ぬぐい：Tenugui (traditional hand towel) ／手巾，
て　毛巾／ chiếc khăn

いつの間にか：before one knows it ／不知不觉中
／ từ lúc nào không hay

りません。一度入門したら、簡単にあきらめることは許されません。一
生修行を続ける決心が必要です。そのような伝統の世界に入ろうとす
る外国人は稀ですが、全くいない**わけではありません**。カナダ出身のグ
レッグ・ロービックさんは、噺家になる道を選んだ外国人の一人です。

　彼が１９９９年に来日したのは、歌舞伎と能楽に興味をもって
いたからです。でも、日本で初めて見た落語に心を奪われ、入門する
ことを決めました。そして、六代目桂文枝師匠の元で、３年間修行を
重ねました。今ではプロの噺家、桂三輝**として**活躍しています。また、
英語**をはじめ**、さまざまな言語で演じる努力もしています。彼のおかげ
で、今後落語のおもしろさは言葉や文化の壁を越え、世界に広く伝わっ
ていくことでしょう。

Section II

プロ：professional ／专家／ chuyên nghiệp

修行：training ／修炼／ luyện tập

入門する：get started ／入门／ nhập môn

稀な：rare ／稀少的／ hiếm

歌舞伎：Kabuki (traditional play) ／歌舞伎／
　　Kabuki (Ca Vũ Kỷ)

能楽：Noh play ／能乐／ Kịch No

心を奪われる：be captivated ／受到震撼／ thu
　　hút lòng người

六代目桂文枝：Katsura Bunshi, the 6th

generation ／第六代桂文枝／ Katsura Bunshi
đời thứ 6

師匠：master ／师父，老师／ sư phụ, thầy

～の元で：under ~ (the master) ／在～的带领下，
领导下／ dưới sự hướng dẫn

活躍する：be active ／活跃／ hoạt động

壁を越える：overcome difficulties ／克服困难／
vượt qua bức tường

フォーマル **寄席に行きませんか？**
よせ い

 37

Situation | 社員と研修生が寄席について話しています。
しゃいん けんしゅうせい よせ はな

田中 ：寄席のチケットが2枚手に入ったんですが、よかったら一
たなか よせ にまいて はい いっ
緒に行きませんか？
しょ い

ブラウン（研修生）：あのう、寄席というのは何でしょうか。
けんしゅうせい よせ なん

田中 ：落語がライブで聞けるところですよ。
らくご

ブラウン ：それはおもしろそうですね。落語はテレビで**何回か**見たこ
らくご なんかい み
とがあるだけで、実際に見たことはないんです。
じっさい み

田中 ：僕も前はそうだったんですよ。でも、大学時代の先輩に誘
ぼく まえ だいがくじだい せんぱい さそ
われて一度寄席に**行ったとたん**、生の落語の大ファンに
いちどよせ い なま らくご だい
なってしまって…。少し前までは、その先輩と毎週のよ
すこ まえ せんぱい まいしゅう
うに寄席に通っていた**ほど**です。
よせ かよ

ブラウン ：そうなんですか。落語は年配の方々に人気があると思い
らくご ねんぱい かたがた にんき おも
込んでいましたが、田中さんのような若い世代にも落語
こ たなか わか せだい らくご
のファンがいるんですね。

Grammar → p.154, 155
⑧何＋助数詞＋か
なん じょすうし
③V-たとたん
⑨～ほどだ
⑩～なんて
⑪Nなんか
⑫～らしい

Words
寄席：vaudeville show ／大众文艺的坐亭，场子／
よせ khán phòng

研修生：trainee ／实习生／ thực tập sinh
けんしゅうせい
ライブ：live ／现场／ trực tiếp
実際に：actually ／实际上／ thực tế
じっさい
先輩：senior ／前 辈／ cấp trên, người đi trước,
せんぱい sempai
生：live ／现场的／ trực tiếp
なま
大ファン：big fan ／铁粉／ fan hâm mộ lớn
だい
毎週のように：like every week ／像每周这样／
まいしゅう dường như hàng tuần

田中：ええ、会社の人たちに落語が好きだ**なんて**言ったら、珍しがられるかもしれませんけどね。でも、意外かもしれませんが、夜の寄席**なんか**は、若いお客さんもけっこういるんですよ。

ブラウン：へー、それは知りませんでした。ところで、誰の落語を聞きに行くんですか？

田中：桂 三輝という噺家です。実は、ブラウンさんと同じカナダ出身なんですよ。

ブラウン：えっ、日本人じゃないんですか？

田中：ええ。上方落語だから大阪弁で演じるんですけど、それがすごく上手**らしい**んですよ。

ブラウン：へー、すごく興味があります。ぜひ、一緒に行かせてください。楽しみにしています。

Section II

年配：elderly／年长的／người cao tuổi	大阪弁：Osaka dialect／大阪方言／phương ngữ Osaka
思い込む：assume／深信，认为／nghĩ, gán ghép	
若い世代：young generation／年轻的世代／thế hệ trẻ	演じる：perform／演绎／diễn
珍しい：rare／少有的／hiếm	
意外：unexpected／意外／không ngờ	
噺家：storyteller／落语家／nghệ sĩ tấu hài	
上方落語：rakugo of Kyoto-Osaka area／上方落语（京都，大阪为中心）／rakugo chú yếu vùng Kinki	

ダイアローグ

寄席に行きませんか?
よせ　い

| Situation | 友人同士が寄席について話しています。
　　　　　ゆうじんどうし　　よせ　　　　　はな

友太：寄席のチケットが2枚手に入ったんだけど、よかったら一緒
ゆうた　よせ　　　　　　にまいて　はい　　　　　　　　　　　　　　いっしょ
　　　に行かない?
　　　　い

サラ：寄席って?
　　　よせ

友太：やだなー、寄席、知らないの?　落語がライブで聞けるとこ
　　　　　　　　よせ　し　　　　　らくご　　　　　　　き
　　　ろだよ。

サラ：へー、それはおもしろそうだね。落語は、テレビでしか見た
　　　　　　　　　　　　　　　　　　らくご　　　　　　　　　み
　　　ことない**もん**。

友太：僕も、前はそうだったんだー。でも、大学の先輩に誘われて
　　　ぼく　まえ　　　　　　　　　　　　だいがく　せんぱい　さそ
　　　一度寄席に**行ったとたん**、生の落語の大ファンになっちゃっ
　　　いちど よせ　い　　　　　なま　らくご　だい
　　　て。少し前までは、その先輩と毎週のように通ってたんだー。
　　　　すこ　まえ　　　　　　せんぱい　まいしゅう　　　かよ

サラ：そうなんだ。友太が落語の大ファンだ**なんて**、ぜんぜん知ら
　　　　　　　　　ゆうた　らくご　だい　　　　　　　　　　し
　　　なかったよ。

友太：うん、みんなに落語が好きだ**なんて**言ったら、珍しがられ
　　　　　　　　　らくご　す　　　　　　い　　　めずら
　　　そうだからね。でも、夜の寄席**なんか**は、若いお客さんも
　　　　　　　　　　　　　よる　よせ　　　　　わか　きゃく
　　　けっこういるんだよ。

Grammar → **p.154, 155**

⑬〜もん。
③ V- たとたん
⑩〜なんて
⑪ N なんか
⑭〜んだって。

Words

寄席：vaudeville show ／大众文艺的坐亭，场子／
よせ　　khán phòng

ライブ：live ／现场／ trực tiếp

先輩：senior ／前辈／ cấp trên, người đi trước,
せんぱい　　　　　　　　　　　　sempai

生：live ／现场的／ trực tiếp
なま

大ファン：big fan ／铁粉／ fan hâm mộ lớn
だい

毎週のように：like every week ／像每周这样／
まいしゅう　　dường như hàng tuần

珍しい：rare ／少有的／ hiếm
めずら

で、(＝それで、)：then (so), ／然后，／ bằng

サラ　：へー、それは知らなかった。で、誰の落語を聞きに行くの？

友太　：桂 三輝っていう噺家。カナダ人だよ。
　　　　かつらサンシャイン　　　　はなしか　　　　　じん

サラ　：えっ、日本人じゃないの？
　　　　　　　に ほんじん

友太　：うん。上方落語だから大阪弁でやるんだけど、それがすっ
　　　　　かみがたらくご　　　　おおさかべん

　　　　ごく上手なんだって。
　　　　　　じょうず

サラ　：へー、おもしろそう。連れてって。あー、楽しみ！
　　　　　　　　　　　　　　　つ　　　　　　たの

噺家：storyteller ／落语家／ nghệ sĩ tấu hài
はなしか

上方落語：rakugo of Kyoto-Osaka area ／上方落
かみがたらくご
　　　語(京都，大阪为中心) ／ rakugo chủ yếu

　　　vùng Kinki

大阪弁：Osaka dialect ／大阪方言／ phương ngữ
おおさかべん
　　　Osaka

すっごく(＝すごく)：very ／非常／ rất

オンラインショッピング ★★★★★

Online Shopping
网购
Online Shopping (mua sắm trên mạng)

see ▶ p.155

①	Nによると	調査によると、高校生の約 98 ％がスマートフォンを使用していると言われています。
②	V（普通形）はず（が）ない	何も届くはずがないのに、荷物が届くと言われました。
③	Nに違いない	それは詐欺に違いありません。

 モノローグ

 🔊 39

　2023年のこども家庭庁の調査によると、日本の高校生の約98％がスマートフォンを使用していると言われています。また、同じ年に行われたある研究所の調査によると、約70％の高校生が「オンラインショッピングを利用する」と回答したそうです。おそらく、それらの高校生の多くが、スマートフォンで買い物をしたことがあると考えられます。

Grammar → p.155, 156

④ Nをはじめとして
⑤ V-るようにしている
⑥ ～際（に／は）
⑦ ～とのことだ

Words

こども家庭庁：Children and Families Agency (Japanese governmental agency) ／儿童家庭局(日本的行政机关) ／ Cơ quan trẻ em và gia đình (cơ quan hành chính Nhật Bản)

調査：survey ／调查／ điều tra

スマートフォン：smartphone ／手机／ smart phone (điện thoại thông minh)

研究所：research institute ／研究所／ viện nghiên cứu

回答する：respond ／回答／ trả lời

おそらく：probably ／可能／ có lẽ

購入する：purchase ／购买／ mua

お小遣い：pocket money ／零用钱／ tiền tiêu vặt

　最近の高校生は、本や服をはじめとして、音楽やゲームなどもインターネットで購入しているようです。また、いらなくなった物を売るのにもインターネットを使用しているようです。ある高校 3 年生は、次のように話しています。「私の毎月のお小遣いは、5,000 円です。最近は受験勉強が忙しいし、家にいながらショッピングできるのは、とてもラクです。でも、買う前は、いつも母に『これ、買っていい？』って**相談するようにしています**」。しかし、インターネットで買い物をする際に「いつも家族に相談する」という中高生は約 40 ％ だという調査結果もあります。

　そして、高校生の間でもオンラインショッピングのトラブルが増加しているそうです。たとえば、思っていた物と違う物が届いたがキャンセルできない、お金を払ったのに商品が届かないなどです。そのため、現在は中学校や高校でも、インターネットで注意する点の指導が行われているとのことです。

こども家庭庁 (2024)「令和5年度 青少年のインターネット利用環境実態調査 調査結果（速報）」
https://www.cfa.go.jp/policies/youth-kankyou/internet_research/results-etc
<2024年4月18日閲覧>

受験勉強：study for entrance exams ／备考／ học thi

ラクな：easy ／轻松的／ thoải mái

相談する：consult ／咨询／ tư vấn

中高生：junior and senior high school students ／初高中生／ học sinh cấp hai, ba

調査結果：result of survey ／调查结果／ kết quả điều tra

トラブル：trouble ／麻烦／ điều rắc rối

増加する：increase ／增加／ gia tăng

届く：be delivered ／送达／ giao đến

キャンセルする：cancel ／取消／ hủy

注意する：be careful ／注意／ chú ý

指導：guidance ／指导／ hướng dẫn

ダイアローグ

フォーマル ## トラブルに巻き込まれないで！　🔊40

Situation　講師と外国人研修生がスマホでのトラブルについて話しています。

池田（講師）：日本での生活には慣れましたか？

ブラウン（研修生）：はい。おかげさまで、ずいぶん慣れました。先週やっとスマホを購入しました。

池田　：ニュースによると、最近は外国人もスマホで買い物して、トラブルに巻き込まれることが多いそうです。みなさんは大丈夫ですよね？

タバ（研修生）：はい、大丈夫です。

池田　：それなら安心しました。以前、アイドルのコンサートチケットをSNSを通して10万円で買ったけど、そのチケットは届かなかったという研修生がいました。

タバ　：えー、10万円ですか。それはひどいです。

池田　：「私の代わりに荷物を取りに行ってください。そうしたらお金をあげます。」や、「ATMからお金を引き出すだけの簡単なアルバイトです。」などのメッセージにも注意してください。

Grammar → **p.155, 156**

①Nによると
⑧Nを通して
②V（普通形）はず（が）ない
③Nに違いない

Words

トラブル：trouble ／麻烦／điều rắc rối
巻き込む：involve ／卷入／vướng vào
講師：instructor ／讲师／giáo viên

外国人研修生：foreign trainee ／外国人实习生／
　thực tập sinh nước ngoài

スマホ：smartphone ／智能机／smart phone
　(điện thoại thông minh)

おかげさまで：thanks to you ／多亏了您／nhờ vào

購入する：purchase ／购买／mua

以前：before ／以前／trước

アイドル：idol ／偶像／thần tượng

コンサートチケット：a concert ticket ／音乐会门
　票／vé xem nhạc

ブラウン：あのう、私のスマホにも、ときどき変なメッセージが届き
　　　　　ます。何も届くはずがないのに、「荷物を届けに来たけど
　　　　　留守だったので持ち帰りました。このリンクを押してくだ
　　　　　さい。」というものなんですが…。

池田　：それは詐欺に違いありません。絶対に押してはだめです。

タパ　：ブラウンさん、そのようなリンクは押さないで、すぐに削
　　　　除してください。

ブラウン：はい、わかりました。気をつけます。

SNS：SNS／社交网络／SNS
エスエヌエス
～の代わりに：instead of ~／作为…的替代／
　　　　thay vì
(お金を)引き出す：withdraw (money)／取钱／
かね　　ひ　だ　　rút (tiền)
アルバイト：part time job／兼职／làm thêm
メッセージ：message／消息／tin nhắn
届く：be delivered／送达／giao đến
とど
荷物：package／包裹／món hàng
にもつ

留守：being away from home／不在／vắng mặt
るす
持ち帰る：take away／带回／mang về
も　かえ
リンク：link／链接／đường link
詐欺：scam／诈骗／lừa đảo
さぎ
絶対に：absolutely／绝对／tuyệt đối
ぜったい
だめです：don't do it／不行／không được
削除する：delete／删除／xóa
さくじょ

ダイアローグ

トラブルに巻き込まれないで！

Situation 親子がスマホでのトラブルについて話しています。

正太（息子）：ただいまー。

母 ：おかえりー。ねえ、正太、これ見て、高校のホームページ。
これによると、最近は高校生もスマホで買い物して、トラブルに巻き込まれることが多いんだって。うちは大丈夫よね？

正太 ：うん、大丈夫、大丈夫。

父 ：有料ゲームをダウンロードしすぎたりしてないだろうな。

正太 ：大丈夫だよ！

母 ：それなら安心した。隣の吉田さんのお孫さん、親に内緒でアイドルのコンサートチケット、10万円で買ったみたい。でも、それが違法のサイトだったみたいで、チケット、届かなかったんだって。それを聞いたもんだから、心配だったのよ。

正太 ：俺は大丈夫だって。

Grammar → p.155, 156

① Nによると
⑨ ～んだって。
⑩ ～もん（＝もの）だから
② V（普通形）はず（が）ない
③ Nに違いない
⑪ V-なきゃ

Words

トラブル：trouble ／麻烦／ điều rắc rối
巻き込む：involve ／卷入／ vướng vào

スマホ：smartphone ／智能机／ smart phone
（điện thoại thông minh）
有料ゲーム：paid games ／付费游戏／ game tốn phí
ダウンロードする：download ／下载／ tải, download
お孫さん：grandchild ／孙子／ cháu
内緒で：secretly ／秘密地／ bí mật
アイドル：idol ／偶像／ thần tượng

父　　：お父さんのスマホにも、ときどき変なメッセージが届くなあ。
　　　　何も届くはずないのに、「荷物を届けに来たけど留守だった
　　　　ので持ち帰りました。このリンクを押してください。」って
　　　　いうのなんだけど。

正太　：それは詐欺に違いないよ。絶対押しちゃだめだよ。

母　　：押さないで、すぐ削除しなきゃ。

父　　：そうか。気をつけるよ。

コンサートチケット：a concert ticket ／音乐会门
　　票／ vé xem nhạc

違法：illegal ／违法／ phạm pháp

サイト：site ／网站／ trang web, website

俺：I (used by men in casual conversation) ／我（自
　　称）／ con

メッセージ：message ／消息／ tin nhắn

届く：be delivered ／送达／ giao đến

荷物：package ／包裹／ món hàng

留守：being away from home ／不在／ vắng mặt

持ち帰る：take away ／带回／ mang về

リンク：link ／链接／ đường link

詐欺：scam ／诈骗／ lừa đảo

絶対に：absolutely ／绝对／ tuyệt đối

だめだ：don't do it ／不行／ không được

削除する：delete ／删除／ xóa

Self Check ☑

● 自己評価をしてみましょう。
じ こ ひょう か

Let's make a self-assessment. 自我评价一下吧。Thử tự đánh giá bản thân.

① 下の音声ファイルをシャドーイングして、自分の声を録音します。
した　おんせい　　　　　　　　　　　　　　　　　　じ ぶん　こえ　ろくおん

② スクリプトを見ながら録音を聞き、できているかどうか確認しましょう。そして、チェック表で
み　　　　ろくおん　き　　　　　　　　　　　かくにん　　　　　　　　　　　　　　　　　ひょう

得点をつけましょう。
とくてん

③ うまく言えなかった部分には○をつけましょう。
い　　　　ぶ ぶん

① Use the following audio file for shadowing, and record your voice. ② Listen to your recording while looking at the script, and confirm whether you were able to complete it or not. Then score your recording, using the check table. ③ Mark the parts with ○ that you could not repeat well.	① 跟读下面的音频，给自己录个音。 ② 看着脚本内容听录音，确认自己是否跟上了。然后在确认表上打分吧。 ③ 在没有能跟对的地方上做个 "○" 的标记。	① Luyện tập shadowing (nói theo) file âm thanh, sau đó tự thu âm giọng của mình. ② Vừa nghe thu âm vừa xem phần script trong sách, kiểm tra xem mình đã làm được hay chưa. Sau đó tự chấm điểm ở bảng kiểm tra. ③ Đánh dấu ○ vào phần chưa nói được tốt.

Unit 5
🔊 30

　みなさんは「桜前線」という言葉を知っていますか？　これは、お花見
さくらぜんせん　　　　ことば　し　　　　　　　　　　　　　　　　　　　はなみ
の季節、つまり 3 月から 4 月にかけて、ニュースでよく耳にする言葉です。
きせつ　　　　さんがつ　　　しがつ　　　　　　　　　　　　　　みみ　　　ことば
気象庁は毎年、過去のデータをもとに、日本各地でいつ桜が咲くかを予
きしょうちょう　まいとし　か こ　　　　　　　　　　　にほんかくち　　　さくら　さ　　　　よ
想して発表します。桜前線は、その予想日を線で結んだものです。天気
そう　　はっぴょう　　さくらぜんせん　　　　　よそうび　せん　むす　　　　　　　　　てんき
図の前線のようになることから、マスメディアによってこのように呼ばれ
ず　ぜんせん　　　　　　　　　　　　　　　　　　　　　　　　　　　　よ
るようになったそうです。

　桜前線は、日本列島を南から北へ、少しずつ上がっていきます。沖縄
さくらぜんせん　　にほんれっとう　みなみ　きた　　すこ　　　あ　　　　　　　　おきなわ
では、1 月中旬にヒカンザクラが咲き始めます。一方、日本中で見られ
いちがつちゅうじゅん　　　　　　　さ　はじ　　　　いっぽう　にほんじゅう　み
るソメイヨシノが咲き始めるのは、早くても 3 月中旬です。その頃にな
さ　はじ　　　　　　はや　　　　さんがつちゅうじゅん　　　　ころ
ると、人々は自分の住む地域に桜前線が北上してくるのを楽しみにしま
ひとびと　じぶん　す　ちいき　さくらぜんせん　ほくじょう　　　　　たの
す。

❶ 正確に言葉や文が言えた せいかく　ことば　ぶん　い	1	2	3	4	合計 ごうけい
❷ 正確に発音できた せいかく　はつおん	1	2	3	4	
❸ 飛ばさずに、スムーズに言えた と　　　　　　　　　　い	1	2	3	4	／ 12 点

See➡ p.12,16,20

日本の伝統芸能の一つに、落語があります。落語は江戸時代から続く芸能で、噺家と呼ばれる人がおもしろい話をして、お客さんを楽しませます。ステージはシンプルなものの、噺家は一人で何人もの声や身振りを演じ分けたり、扇子と手ぬぐいを上手に使ったりしながら話します。すると、お客さんはいつの間にか、物語の世界に入ってしまいます。

伝統芸能のプロになるためには、何年も厳しい修行をしなければなりません。一度入門したら、簡単にあきらめることは許されません。一生修行を続ける決心が必要です。そのような伝統の世界に入ろうとする外国人は稀ですが、全くいないわけではありません。カナダ出身のグレッグ・ロービックさんは、噺家になる道を選んだ外国人の一人です。

彼が１９９９年に来日したのは、歌舞伎と能楽に興味をもっていたからです。でも、日本で初めて見た落語に心を奪われ、入門することを決めました。そして、六代目桂文枝師匠の元で、３年間修行を重ねました。今ではプロの噺家、桂三輝として活躍しています。また、英語をはじめ、さまざまな言語で演じる努力もしています。彼のおかげで、今後落語のおもしろさは言葉や文化の壁を越え、世界に広く伝わっていくことでしょう。

						合計
❶ 正確に言葉や文が言えた	1	2	3	4		
❷ 正確に発音できた	1	2	3	4		
❸ 飛ばさずに、スムーズに言えた	1	2	3	4		／12点

See➡ p.12,16,20

Unit 5〜Unit 8のほかの文章も、録音して、自分でチェックしてみましょう!
Record the other sentences from Unit 5 to Unit 8 and check them yourself!
Unit 5〜Unit 8以外的文章也试着录个音，自己确认一下吧。
Các bạn cũng hãy tự thu âm và kiểm tra những đoạn văn khác của Unit 5 đến Unit 8.

語呂合わせ
ごろあ

Puns (Play on Words) ／谐音／ Ghép vần

６月５日は落語の日です。なぜでしょうか。それは、「６５」を「6（ろく）5（ご）」と読むと「落（らく）語（ご）」にとても近くなるからです。じゃあ、「５９６３」は？「５９（ごく）6（ろう）3（さん）」（ご苦労さん）と読むことができます。このように数字を言葉やフレーズに変える遊びは、語呂合わせと呼ばれる言葉遊びの一つです。語呂合わせは電話番号や年号、長い数字などを覚えるときに便利です。例えば、中学生はテストの前に√5 ≒ 2.2360679 を「2（ふ）2（じ）3（さん）6（ろく）に0（オウ）6（ム）7（な）9（く）」（富士山麓にオウム鳴く）と覚えたりします。では、みなさんも語呂合わせに挑戦してみましょう。「６５を３２１５！」を語呂合わせで読めますか？

√5は...

June 5th is the day of Rakugo (comic story). Why? Because if you read "six five" as "6 (roku) 5 (go)", it sounds very much like "Rakugo." Then how about "5963?" It can be read as "59(go ku) 6(ro) 3(san)" (thank you for your hard work). This kind of game of turning numbers into words or phrases is a type of word play called a pun. It is convenient when memorizing phone numbers, year numbers, long numbers, etc. For example, junior high students memorize √5 ≒ 2.2360679 before the test as "2(fu) 2(ji) 3(san) 6(roku) ni 0(ou) 6(mu) 7(na) 9(ku) (A parrot chirps at the foot of Mt. Fuji." Let's try a challenge, using matching words. Can you read "65 o 3215!" as a phrase?

6月5日被称为落语节。为什么呢？因为将"65"读作"6（ろく）5（ご）"，听起来非常接近于"落（らく）語（ご）"。那么，"5963"呢？我们可以将其读作"59（ごく）6（ろう）3（さん）"（ご苦労さん）。这样的数字游戏被称为"谐音"，是一种词语游戏。谐音在记忆电话号码、年份、长数字等时非常有用。例如，中学生在考试前可能会把√5 = 2.2360679 记忆为"2（ふ）2（じ）3（さん）6（ろく）に0（オウ）6（ム）7（な）9（く）"（富士山麓にオウム鳴く）（鹦鹉在富士山脚啼叫）。那么，大家也来试试看吧。你能用谐音念出"65 wo 3215"吗？

Ngày 5 tháng 6 là ngày Rakugo (nghệ thuật tấu hài). Vì sao lại như vậy? Vì "65" khi đọc từng số "6 (roku)" và "5 (go)" thì rất giống với "Rakugo". Vậy "5963" thì có thể đọc là "59 (goku) 6 (rou) 3 (san)" (anh hay chị vất vả quá). Bằng cách này có thể thay đổi chữ số thành những từ ngữ hoặc những cụm từ, một hình thức chơi chữ được gọi là "Goroawase" (ghép vần). Cách ghép vần này rất tiện trong việc ghi nhớ những dãy số dài. Ví dụ, học sinh trung học, trước mỗi bài kiểm tra thường đọc √5≒2.2360679 thành "2 (fu) 2 (ji) 3 (san) 6 (roku) 0 (uo) 6 (mu) 7 (na) 9 (ku)" (trên ngọn đồi thấp dưới chân núi Phú Sĩ thì có tiếng vẹt kêu) để ghi nhớ. Vậy thì các bạn hãy thử đọc cách ghép vần của dãy số sau xem. Các bạn có thể đổi "65 wo 3215!" bằng cách ghép vần không?

答え：落語を見に行こう！

これ知ってる？

ペン売り場の試し書き

Trial writing at the sales area of pens ／笔销售区的试写／
Những nét viết thử tại quầy bán bút

みなさんは文房具屋さんでペンを買う前に試し書きしますか？　試し書きするときは、紙に何を書きますか？　文字、絵、数字、それとも線ですか？

「試し書きコレクター」を名乗る寺井広樹さんによると、日本で試し書きに多い漢字は「永」だそうです。その理由は、書道でいう「トメ」や「ハネ」など全てが含まれているからだろうとのことです。また、寺井さん曰く筆ペンコーナーの試し書きはクオリティが高いそうです。

みなさんもペン売り場で試し書きをするときは、そのついでに、他の人が何を書いているか観察してみてください。

What do you try to write with a pen before buying it at a stationery store? When you try writing, what do you write on a piece of paper? Letters, pictures, numbers, or lines?

According to Mr. Hiroki Terai, who calls himself a "trial writing collector," in Japan, many people write the kanji "永" for trial writing. He mentioned that the reason is "Probably because this kanji includes all the parts such as *tome*(stop)", *hane*(upward brushstroke)", etc. in calligraphy." He also says that the trial writing of brush pen corner is high quality.

While you are doing trial writing at a sales area of pens, please take a look at what other people are writing.

大家在文具店购买钢笔之前会进行试写吗？进行试写时，你会写些什么呢？文字、图画、数字、还是线条？

自称是"试写收藏家"的寺井广树先生说，日本最常见的试写汉字是「永」。原因是因为这个汉字包含了书法中的"点"和"折"等所有元素。另外，据寺井先生说，毛笔笔记本的试写质量非常高。

大家在文具店试写时，顺便也观察一下其他人都写了什么。

Ở các cửa hàng văn phòng phẩm, trước khi mua bút các bạn có thử viết không? Khi viết thử, các bạn thường viết hay vẽ gì ra giấy. Viết chữ, vẽ tranh, ghi số, hay kẻ những đường thẳng?

Theo Terai Hiroki, một người tự xưng là "nhà sưu tập các mẫu viết thử" cho rằng Hán tự được viết thử nhiều ở Nhật là chữ "Vĩnh". Lý do là "chữ này bao gồm cả "nét dừng" (tome) và "nét móc" (hane) trong thư pháp". Theo như anh Terai thì những nét viết thử ở quầy bút lông thư pháp có chất lượng rất cao.

Nếu các bạn có viết thử ở quầy bán bút, thì nhân tiện hãy quan sát thử xem những người khác họ viết gì.

KOKUYO (2014)「『試し書きで夢を描く人』寺井広樹」
https://www.kokuyo.co.jp/creative/tegakibito/teraihiroki/＜2024年4月18日閲覧＞

原爆ドームの昔と今
げんばく　　　　　　　　　　むかし　　いま

★★★★★

Atomic Bomb Dome's Past and Present
原爆遗址的过往与今日
Mái vòm bom nguyên tử xưa và nay

see p.157

①	Nにわたり	長年にわたり、平和の大切さを伝えています。
		ながねん　　　　へいわ　たいせつ　　つた
②	V（普通形）はずだ	全国に観光協会があるはずですよ。
	ふ つうけい	ぜんこく　かんこうきょうかい

 モノローグ

 42

　広島は、原爆が落とされた都市として
ひろしま　　げんばく　お　　　　　　とし
知られています。そのシンボルの原爆ド
し　　　　　　　　　　　　　　　　　　げんばく
ームは、１９９６年に世界遺産にな
ぜんきゅうひゃくきゅうじゅうろくねん　せ かい い さん
りました。そして、日本だけでなく、海
にほん　　　　　　　　　かい
外からも多くの人が、ほぼ被爆した当時
がい　　おお　ひと　　　　ひばく　　とうじ
のままのこの建物を見に訪れます。
たてもの　み　おとず

　原爆ドームは、１９１５年に、広島県
げんばく　　　　　ぜんきゅうひゃくじゅうごねん　ひろしまけん
物産陳列館という名前で建てられました。この建物をデザインしたのは、
ぶっさんちんれつかん　　　なまえ　た　　　　　　　　　　たてもの
その頃日本で活動していたチェコ人の建築家、ヤン・レッツェルでした。
ころ にほん　かつどう　　　　　　　　　じん　けんちく か
このことはあまり知られていませんでしたが、１９９１年にＮＨＫ
し　　　　　　　　　　ぜんきゅうひゃくきゅうじゅういちねん　　エヌエイチケー

Grammar → p.157
③Ｎとともに

Words
広島：Hiroshima ／广岛／ Hiroshima
ひろしま
原爆：atomic bomb ／原子弹爆炸／ bom nguyên
げんばく
　　　tử
シンボル：symbol ／象征／ biểu tượng
世界遺産：world heritage ／世界遗产／ di sản thế
せ かい い さん
　　　giới

被爆：A-bomb exposure ／被炸／ bị thả bom
ひばく
広島県物産陳列館：Hiroshima Prefectural
ひろしまけんぶっさんちんれつかん
　　　Products Exhibition Hall ／广岛县物产陈列馆
　　　／ Tòa nhà trưng bày sản phẩm tỉnh
　　　Hiroshima
チェコ：Czech Republic ／捷克／ Cộng hòa Séc
建築家：architect ／建筑家／ kiến trúc sư
けんちくか
ヤン・レッツェル(レツル)：Jan Letzel ／扬・莱
　　　策尔／ Jan Letzel
プラハ：Prague ／布拉格／ Praha

とチェコ放送の共同制作で、「ヤン・レツル物語」というドラマが作られ、「広島ドームを建てた男」として紹介されました。そして、建てられたときの姿はプラハにあるチェコ政府の建物に似ていると言われています。建物の中央に丸い形をした屋根があるからなのでしょう。

　広島県物産陳列館の名前は何度か変わりましたが、被爆前までは産業をすすめる場所として、また、美術の展示など文化的な場所としても使われました。バウムクーヘンというお菓子を知らない人は少ないでしょう。第一次世界大戦中に、ドイツ人菓子職人のカール・ユーハイムという人が、広島に収容されていました。彼によって日本で初めてバウムクーヘンが作られ、人々に紹介されたのもこの建物でした。

　戦後、原爆ドームを取り壊そうという声もありました。しかし、歴史的遺産として残され、長年にわたり、平和記念公園の緑や鳩とともに、多くの人に平和の大切さを伝えています。

政府：government ／政府／ chính phủ

産業：industry ／产业／ công nghiệp

展示：exhibition ／展示／ triển lãm

バウムクーヘン：Baumkuchen ／年轮蛋糕／
bánh Baumkuchen

第一次世界大戦：World War I ／第一次世界大战
／ chiến tranh thế giới lần thứ nhất

ドイツ人：German ／德国人／ người Đức

菓子職人：patissier ／糕点师／ thợ làm bánh

収容する：detain ／容纳／ nhốt, bỏ tù

平和記念公園：Hiroshima Peace Memorial Park
／和平纪念公园／ Công viên tưởng niệm hòa
bình

鳩：pigeon ／鸽子／ chim bồ câu

平和：peace ／和平／ hòa bình

117

フォーマル　**スマホで検索、観光スポット**
けんさく　かんこう

> Situation　社員食堂で社員と外国人研修生が旅行について話しています。
> しゃいんしょくどう　しゃいん　がいこくじんけんしゅうせい　りょこう　　はな

小林 ：ここ、ご一緒していいですか？
こばやし　　　　　　いっしょ

タパ（研修生）：あ、はい、どうぞ。
けんしゅうせい

小林 ：さっきからずっとスマホで何を見ているんですか？
　　　　　　　　　　　　　　　　　なに　み

タパ ：連休に弟が日本に遊びに来るので、観光情報を探していた
れんきゅう　おとうと　にほん　あそ　く　　かんこうじょうほう　さが
んです。そしたら「外国人が行く観光地ベスト10」という
がいこくじん　い　かんこうち　テン
サイトがあって、おもしろいなと思って。
おも

小林 ：へー、どこが一位でしたか？
いちい

タパ ：いくつか同じようなサイトがあるんですが、たいてい一位は
おな　　　　　　　　　　　　　　　　　　　いちい
京都の伏見稲荷大社です。
きょうと　ふしみいなりたいしゃ

小林 ：赤い鳥居が並んでいる参道を、ひたすら登っていくところで
あか　とりい　なら　　　さんどう　　　　のぼ
すよね。赤い鳥居のトンネルが異文化を感じさせるんでしょ
あか　とりい　　　　　　いぶんか　かん
うかね。

タパ ：はい。なんか独特な感じがします。でも、京都もいいんです
どくとく　かん　　　　　　きょうと
けど、弟は日本三名橋と言われる三つの橋を見たいと言っ
おとうと　にほんさんめいきょう　い　　みっ　はし　み　い
ているんです。大学で建築を勉強しているんですが、日本の
だいがく　けんちく　べんきょう　　　　　にほん
橋について知る機会があって、興味をもったらしいんです。
はし　　　し　きかい　　　　きょうみ

Grammar → p.157

④〜らしい

⑤せっかく〜んだから

②Ｖ（普通形）はずだ
ふつうけい

Words

スマホ：smartphone ／智能机／ smart phone
　（điện thoại thông minh）

検索：search ／搜索／ tìm kiếm
けんさく

観光スポット：sightseeing spots ／景点／ điểm
かんこう　　　　du lịch

ご一緒する：join you (polite expression) ／一同／
いっしょ　　di cùng

連休：consecutive holidays ／连休／ ngày nghỉ dài
れんきゅう

観光情報：tourist information ／观光信息／
かんこうじょうほう　thông tin du lịch

サイト：site ／网站／ trang web, website

京都：Kyoto ／京都／ Kyoto
きょうと

伏見稲荷大社：Fushimi-Inari Taisha Shrine ／伏
ふしみいなりたいしゃ　見稲荷神社／ đền Fushimi Inari

鳥居：torii gate ／鸟居／ cổng đền Torii
とりい

小林　：三名橋ですか。東京の日本橋、山口県の錦帯橋、そして長
　　　　崎県の眼鏡橋ですか？

タパ　：あ、そうです。まず東京に着いて、次の日は山口県の錦帯
　　　　橋。三日目に長崎で眼鏡橋を見て、四日目に福岡から帰国
　　　　する予定らしいんです。でも、**せっかく日本に来るんだから、**
　　　　他にもいい観光スポットないかなと思って探しています。

小林　：そうですか。各地の観光スポットなら、全国に観光協会が
　　　　あるはずですよ。ちょっと待ってください。スマホで見てみ
　　　　ますね。［スマホで検索する］あ、このサイトどうですか？

タパ　：あ、そうですね。地域を選ぶと、観光協会のリストが出ます
　　　　ね。わー、山口県だけでもこんなにたくさんあるんですね。
　　　　後でゆっくり調べてみます。ありがとうございました。

小林　：お役に立ててよかったです。

参道：worshippers' path ／参道／ đường dẫn vào
　　đền

ひたすら：simply ／一心／ cứ

異文化：different culture ／異文化／ khác văn hóa

独特な：unique ／独特的／ độc đáo

三名橋：three famous bridges in Japan ／三名桥／
　　ba cây cầu nổi tiếng

山口県：Yamaguchi prefecture ／山口县／ tinh
　　Yamaguchi

長崎県：Nagasaki prefecture ／长崎县／ Nagasaki

眼鏡橋：Megane bashi (spectacle bridge) ／眼镜桥
　　／ Meganebashi

各地：various places ／各地／ các nơi

観光協会：tourism associations ／观光协会／
　　hiệp hội du lịch

地域：area ／地区／ khu vực

お役に立てる：to be helpful ／能为您服务／ có
　　ích

ダイアローグ

スマホで検索、観光スポット
けんさく　かんこう

Situation　友人同士が観光について話しています。
　　　　　　ゆうじんどうし　かんこう　　はな

友太 ：さっきからずっとスマホを見てるけど、何を見てるの？
ゆうた　　　　　　　　　　　　　　　み　　　　　　なに　み

サラ ：連休に弟が日本に遊びに来るから、観光情報を探してたの。
　　　　れんきゅう　おとうと　にほん　あそ　　く　　　　かんこうじょうほう　さが
　　　　そしたら「外国人が行く観光地ベスト10」っていうサイト
　　　　　　　　　がいこくじん　い　かんこうち　　テン
　　　　があって、おもしろいなって思って。
　　　　　　　　　　　　　　　　　　　おも

友太 ：へー、どこが一位？
　　　　　　　　　　いち い

サラ ：いくつか同じようなサイトがあるんだけど、たいてい一位は
　　　　　　　　　　おな　　　　　　　　　　　　　　　　　　いち い
　　　　京都の伏見稲荷大社だね。
　　　　きょうと　ふしみいなりたいしゃ

友太 ：赤い鳥居が並んでいる参道を、ひたすら登っていくところ
　　　　あか　とりい　なら　　　　　さんどう　　　　　のぼ
　　　　だよね。赤い鳥居のトンネルが異文化を感じさせるのかな
　　　　　　　　あか　とりい　　　　　　　いぶんか　かん
　　　　あ。

サラ ：うん。なんか独特な感じがする。でも、京都もいいんだけ
　　　　　　　　　　どくとく　かん　　　　　　　きょうと
　　　　ど、弟は日本三名橋って言われる三つの橋を見たいって言
　　　　　　おとうと　にほんさんめいきょう　い　　　　みっ　　はし　み　　　　い
　　　　ってるんだ。大学で建築を勉強してるんだけど、日本の橋
　　　　　　　　　　だいがく　けんちく　べんきょう　　　　　　　にほん　はし
　　　　について知る機会があって、興味をもったらしいんだよね。
　　　　　　　　　し　きかい　　　　　　きょうみ

Grammar → **p.157**

④〜らしい

⑤せっかく〜んだから

②V（普通形）はずだ
　　ふつうけい

Words

スマホ：smartphone ／智能机／ smart phone
　　　　（điện thoại thông minh）

検索：search ／搜索／ tìm kiếm
けんさく

観光スポット：sightseeing spots ／景点／ điểm
かんこう　　　　du lịch

連休：consecutive holidays ／连休／ ngày nghỉ dài
れんきゅう

観光情報：tourist information ／观光信息／
かんこうじょうほう　thông tin du lịch

サイト：site ／网站／ trang web, website

京都：Kyoto ／京都／ Kyoto
きょうと

伏見稲荷大社：Fushimi-Inari Taisha Shrine ／伏
ふしみいなりたいしゃ　見稲荷神社／ đền Fushimi Inari

鳥居：torii gate ／鸟居／ cổng đền Torii
とりい

参道：worshippers' path ／参道／ đường dẫn vào
さんどう　　đền

友太　：三名橋か。東京の日本橋、山口県の錦帯橋、あと長崎県の
　　　　眼鏡橋かな？

サラ　：あ、そう。よく知ってるね。まず東京に着いて、次の日は山
　　　　口県の錦帯橋。三日目に長崎で眼鏡橋を見てから、四日目
　　　　に福岡から帰国する予定らしいんだ。でも、**せっかく**日本に
　　　　来る**んだ**から、他にもいい観光スポットないかなって思って。

友太　：そうか。各地の観光スポットなら、全国に観光協会が**ある
　　　　はず**だよ。ちょっと待って。スマホで見てみるね。

　　　　［スマホで検索する］　あ、このサイトどう？

サラ　：あ、そうだね。地域を選ぶと、観光協会のリストが出るね。
　　　　わー、山口県だけでもこんなにたくさんあるんだね。後で
　　　　ゆっくり調べてみるよ。ありがとう。

友太　：お役に立ててよかったよ。

ひたすら：simply ／一心／ cứ

異文化：different culture ／异文化／ khác văn hóa

独特な：unique ／独特的／ độc đáo

三名橋：three famous bridges in Japan ／三名桥
／ ba cây cầu nổi tiếng

山口県：Yamaguchi prefecture ／山口县／ tỉnh
Yamaguchi

長崎県：Nagasaki prefecture ／长崎县／ Nagasaki

眼鏡橋：Megane bashi (spectacle bridge) ／眼镜桥
／ Meganebashi

各地：various places ／各地／ các nơi

観光協会：tourism association ／观光协会／ hiệp
hội du lịch

地域：area ／地区／ khu vực

お役に立てる：to be helpful ／能为您服务／ có
ích

海外から入ってきた行事
かいがい　　　　はい　　　　　　　ぎょうじ

★★★★★

Events Brought in from Overseas
来自海外的节日
Những sự kiện có nguồn gốc từ nước ngoài

see ▶ p.157

①	～がきっかけ	ハロウィンは子供用品の店のイベントがきっかけとなったそう こどもようひん　みせ です。
②	N1にしろ N2にしろ	クリスマスにしろ、お歳暮にしろ、これからお金がかかること せいぼ　　　　　　　　　かね ばかりですね。
③	Nばかりか	そればかりか、お年玉もありますしね。 としだま

モノローグ

🔊45

日本には昔から受け継がれてきた伝
にほん　むかし　　う　　つ　　　　てん
統行事がありますが、海外から入って
とうぎょうじ　　　　　　　かいがい　はい
きて定着したものもあります。なかで
ていちゃく
もクリスマスは宗教に関係なく、ごち
しゅうきょう　かんけい
そうやケーキを用意して家族と楽しく
ようい　　かぞく　たの
過ごしたり、プレゼントを交換したり
す　　　　　　　　　　　こうかん

します。クリスマスが定着したのは昭和に入ってからのようです。
ていちゃく　　　しょうわ　はい

　その他にはバレンタインデーもあり、日本では女性から好きな人に
ほか　　　　　　　　　　　　　　　にほん　　じょせい　　す　　ひと
チョコレートをあげます。2月頃にデパートやスーパーにチョコレート
にがつころ

Grammar → p.157, 158
④～ことから

Words

受け継がれる：inherited ／传承／ được thừa
う　つ　　　　　　　　　　　　　　　hưởng

伝統行事：traditional events ／传统活动／ lễ hội
でんとうぎょうじ　　　　　　　　　　　truyền thống

宗教：religion ／宗教／ tôn giáo
しゅうきょう

ごちそう：feast ／款待，宴请／ đồ ăn

交換する：exchange ／交换／ trao đổi
こうかん

定着する：established ／固定，成为习惯／ ổn
ていちゃく　　　　　　　　　　　　　定ịnh

昭和：Showa era ／昭和时代／ Showa
しょうわ

バレンタインデー：Valentine's Day ／情人节／ lễ
tình nhân, Valentine

デパート：department store ／百货商场／ trung
tâm thương mại

コーナー：section ／专柜／ góc

ハロウィン：Halloween ／万圣节／ lễ hội ma,

コーナーができるのはそのためです。そして、秋にはハロウィンという
お祭りも見かけます。店にカボチャのランタンが飾られたり、仮装イベ
ントが行われたりします。

　意外と海外から入ってきた行事だと知られていないのが、母の日、
父の日です。母の日は１９０７年にアメリカのある女性が、亡くなっ
た母親に教会でカーネーションを送った**ことから**、世界に広まったと言
われています。日本には明治の終わりに入ってきたそうです。また、父
の日も１９５０年ごろ、アメリカから日本に入ってきました。

　日本では、クリスマスのケーキやバレンタインデーのチョコレートも、
お菓子屋さんによって広められたようです。そしてハロウィンは子供用
品の店のイベント**がきっかけ**となったそうです。そうしてみると、海外
から入ってきた行事の日本での始まりは、言い伝えや信仰から生まれた
伝統行事とは異なっているようです。

Halloween	chứng
カボチャ：pumpkin／南瓜／bí đỏ	広まる：spread／传播／lan rộng
ランタン：lantern／灯笼／lồng đèn	明治：Meiji era／明治时期／Minh Trị
仮装イベント：costume event／化装活动／lễ hội hóa trang	広める：popularize／推广／mở rộng
意外と：surprisingly／意外地／không ngờ lại	子供用品：childrens' supplies／儿童用品／đồ dùng cho trẻ em
母の日：Mother's Day／母亲节／ngày của mẹ	言い伝え：legend／传说／truyền tới
父の日：Father's Day／父亲节／ngày của cha	信仰：faith／信仰／tín ngưỡng
教会：church／教堂／nhà thờ	異なる：different／不同／khác
カーネーション：carnation／康乃馨／hoa cẩm	

フォーマル **行事もグローバル化?**
　　　　　　　　ぎょうじ　　　　　　　　か

Situation　退社後、上司と部下が駅へ向かう道で一緒になりました。
　　　　　　たいしゃご　じょうし　ぶか　えき　む　　みち　いっしょ

中川（主任）：お疲れさま。
なかがわ　しゅにん　　つか

佐藤　：あ、主任、お疲れさまです。今日は、もうお帰りですか?
さとう　　　　しゅにん　　つか　　　　きょう　　　　　　　かえ

中川　：はい。今日は疲れたし、いつもより早めに退社です。あれっ、
　　　　　　きょう　つか　　　　　　　　　はや　　たいしゃ
　　　　あそこに、おもしろい服装をした人たちがたくさん集まって
　　　　　　　　　　　　　ふくそう　　ひと　　　　　　　　　あつ
　　　　いますね。

佐藤　：今日は、この近くのショッピングモールでハロウィンのイベ
　　　　きょう　　　　ちか
　　　　ントがあるみたいですよ。

中川　：ハロウィンか…。ハロウィンって、アメリカの子どものお祭
　　　　　　　　　　　　　　　　　　　　　　　　　　こ　　　　まつ
　　　　りですよね。

佐藤　：ええ。もとは、イギリスの収穫を祝うお祭りだったそうで
　　　　　　　　　　　　　　しゅうかく　いわ　　まつ
　　　　すよ。でも最近、日本ではハロウィンの日に仮装イベントを
　　　　　　　　さいきん　にほん　　　　　　　　ひ　かそう
　　　　するみたいです。あの人たち、楽しそうですね。
　　　　　　　　　　　　　　ひと　　たの

中川　：行事もグローバル化しているんですね。**そういえば、クリス**
　　　　ぎょうじ　　　か
　　　　マスも、もともとは外国から来た行事ですよね。
　　　　　　　　　　　　　がいこく　　き　ぎょうじ

Grammar → **p.157, 158**

⑤そういえば、
⑥N をはじめ
⑦～わけだ
②N1 にしろ N2 にしろ
③N ばかりか

Words

行事：events ／活動／ sự kiện
ぎょうじ
グローバル化：globalization ／全球化／ toàn cầu
　　　　か
　　　hóa

退社：leaving the office ／下班／ về (rời công ty)
たいしゃ
上司：boss ／上司／ cấp trên
じょうし
部下：subordinate ／下属／ cấp dưới
ぶか
早め：earlier (than usual) ／提前／ sớm
はや
服装：clothes ／服装／ trang phục
ふくそう
ショッピングモール：shopping mall ／购物中心
　　　　　／ trung tâm thương mại
ハロウィン：Halloween ／万圣节／ lễ hội ma,
　　　　　Halloween
もとは：originally ／原本／ vốn dĩ

佐藤　：そうですね。ハロウィンからクリスマス、そしてお正月と、デパート**をはじめ**どのお店も、今から忙しい時期を迎える**わけですね**。

中川　：それに、お歳暮の季節でもありますね。

佐藤　：ええ。ところで主任、毎年、ご家族にクリスマスプレゼントを贈られるんですか？

中川　：はい、子どもには、あげていますよ。うちの子はまだ小学生だから、クリスマスプレゼントとクリスマスケーキを買って帰るのは、毎年僕の仕事なんです。

佐藤　：クリスマス**にしろ**、お歳暮**にしろ**、これからお金がかかることばかりですね。

中川　：そうですよ。それ**ばかりか**、お正月にはお年玉もありますしね。

佐藤　：ああ、ボーナスが待ち遠しいです。

イギリス：UK ／英国／ nước Anh
収穫：harvest ／收获／ thu hoạch
祝う：celebrate ／庆祝／ mừng
仮装イベント：costume event ／化装活动／ lễ hội hóa trang
時期：period ／时期／ dịp
お歳暮：year-end gift ／年终的谢礼／ quà Tết
お年玉：New Year's money (as a gift) ／压岁钱／ tiền lì xì
ボーナス：bonus ／奖金／ tiền thưởng

待ち遠しい：looking forward to ／期待／ còn lâu

カジュアル 行事もグローバル化?
　　　　　（ぎょうじ）　　　　　　　　（か）

Situation　会社帰りの同僚同士が駅まで歩きながら話しています。
　　　　　　（かいしゃがえ）　（どうりょうどうし）（えき）（ある）（はな）

田中　：お疲れさま。
（たなか）　（つか）

小林　：あ、お疲れー。今、退社？　いつもより早いね。
（こばやし）　（つか）　（いま）（たいしゃ）　　　　　（はや）

田中　：うん。今日はうちの近くのショッピングモールでハロウィン
　　　　　（きょう）　　　　（ちか）
　　　　イベントがあるんだよ。

小林　：ハロウィンか…。ハロウィンって、アメリカの子どものお祭
　　　　　　　　　　　　　　　　　　　　　　　　　　（こ）　　　（まつ）
　　　　りだよね。

田中　：うん。もとは、イギリスの収穫を祝うお祭りだったらしいん
　　　　　　　　　　　　　　　（しゅうかく）（いわ）（まつ）
　　　　だけど、日本では仮装イベントが多いよね。
　　　　　　　（にほん）　（かそう）　　　　（おお）

小林　：そうだね。もしかして田中さんも仮装して行くの？　田中さ
　　　　　　　　　　　　　　　（たなか）　（かそう）（い）　　　（たなか）
　　　　んの仮装、見てみたいな。
　　　　　　（かそう）（み）

田中　：一緒に行く？
　　　　（いっしょ）（い）

小林　：うーん、遠慮しとくよ。今日は、ネパール人の友だちとネ
　　　　　　　　　（えんりょ）　　　（きょう）　　　　　（じん）（とも）
　　　　パール料理のレストランで食事なんだ。なんか、ティハー
　　　　　　　（りょうり）　　　　　　（しょくじ）
　　　　ルっていうお祭りがあって、その特別なイベントがあるんだ
　　　　　　　　（まつ）　　　　　　　　（とくべつ）
　　　　って。

Grammar → p.157, 158

⑦〜わけだ
⑤そういえば、
⑥Nをはじめ
③Nばかりか

Words

行事：events ／活動／ sự kiện
（ぎょうじ）
グローバル化：globalization ／全球化／ toàn cầu
　　　　（か）　hóa
同僚：coworker ／同事／ đồng nghiệp
（どうりょう）

退社：leaving the office ／下班／ về (rời công ty)
（たいしゃ）
ショッピングモール：shopping mall ／购物中心
　　　　　　／ trung tâm thương mại
ハロウィン：Halloween ／万圣节／ lễ hội ma,
　　　　　　Halloween
もとは：originally ／原本／ vốn dĩ
イギリス：UK ／英国／ nước Anh
収穫：harvest ／收获／ thu hoạch
（しゅうかく）
祝う：celebrate ／庆祝／ mừng
（いわ）

田中　：へー、行事もグローバル化してる**わけだ**。**そういえば**、クリ
　　　　スマスも、もともとは外国から来た行事だよね。

小林　：そうだね。ハロウィンからクリスマス、そしてお正月と、デ
　　　　パート**をはじめ**どのお店も、今から忙しい時期だね。とこ
　　　　ろで、クリスマスには彼女にプレゼント送るの？

田中　：うん。今年は一緒にグランピングに行こうかなって思ってる。
　　　　それがプレゼントかな。

小林　：わー、冬のグランピングもいいね。でも、まあ、クリスマス
　　　　に年末にと、これからお金がかかることばかりだね…。

田中　：そうだよ。それ**ばかりか**、お正月は、お年玉をもらう立場か
　　　　ら、あげる立場になったしね。

小林　：ああ、ボーナスが待ち遠しい！

仮装イベント：costume event ／化装派对／ lễ hội
　　　　hóa trang

仮装する：put on a costume ／假扮／ hóa trang

遠慮する：decline ／推辞／ ngại

しとく（＝しておく）：do something in preparation
　　　　／提前做好／ làm trước, làm sẵn

ティハール：Tihar ／尼泊尔灯节／ Tefal

グランピング：glamping ／露营／ glamping

年末：end of the year ／年末／ cuối năm

お年玉：New Year's gift money ／压岁钱／ tiền lì
　　　　xì

立場：position ／立场，处境／ lập trường

ボーナス：bonus ／奖金／ tiền thưởng

待ち遠しい：looking forward to ／期待／ còn lâu

これ知ってる?

道の駅
みち　えき
Roadside Station ／服务区／Những trạm dừng chân

先日、車で片道1時間ぐらいのところにある道の駅に行ってきました。「ん？道の駅？」と思った方もいるでしょう。この駅には電車は止まりません。

一般道路を運転中、疲れた、ちょっと休みたい、食事がしたい…というときに利用できるのが道の駅です。広い駐車場があり、休憩や食事以外にも地域の情報などを教えてくれたり、その地域の産物や、お土産が買えたりします。道の駅は日本各地にあり、文化イベント、温泉、農業体験、バーベキューなどと、それぞれ個性豊かなサービスがあります。レンタカーで移動する外国人観光客にも利用されているようです。行きたい地方の道の駅を調べるには「道の駅」でsearch！

The other day, I went to a roadside station that is about an hour away by car. Some of you may have thought, "What? Roadside station?" Trains do not stop at this station.

A roadside station is a place you can use when you're driving on a regular road and feel tired, want to take a break, or want to eat. There is a large parking lot, and in addition to taking a break and eating, you can also learn about the area and buy local products and souvenirs. Roadside stations are all over Japan and each of them offers unique services such as cultural events, hot springs, agricultural experiences, and barbecues. It seems that they are also used by foreign tourists who travel by rental car.

Search for "roadside station" to find out the roadside stations in the area you want to visit.

最近，我开车去了一个距离我大约一个小时车程的服务区。"嗯？路边的车站…？"也许有些人会这样想吧。列车是不会通过这个服务区的。

在普通道路上行驶时，当感到疲劳，想稍作休息，想吃点东西……这时就可以利用服务区。这些地方有宽敞的停车场，除了休息和用餐外，还会提供当地的信息，可以购买当地的特产和纪念品。日本各地都有服务区，提供各种文化活动、温泉、农业体验、烧烤等各具特色的服务。外国游客也会租车前往这些地方。

想要了解想去的地方的服务区，可以在搜索引擎中搜索"道の駅"！

Tuần trước tôi đã lái xe hơi 1 tiếng đồng hồ đến một trạm dừng chân (ga trên đường). Chắc hẳn sẽ có các bạn tự hỏi "Hả? Ga trên đường gì?". Ở ga này không có tàu điện nào dừng ở đây cả.

Khi các bạn lái xe đường dài, mệt mỏi hoặc khi muốn dừng lại nghỉ, muốn ăn một thứ gì đó thì người ta dừng lại ở những trạm dừng chân này. Có những bãi đậu xe rất rộng, ngoài việc nghỉ ngơi và ăn uống, chúng ta có được những thông tin khu vực lân cận, có thể mua đặc sản hoặc quà lưu niệm của những khu vực đó. Những trạm dừng chân này có mặt hầu hết mọi nơi trên đất nước Nhật Bản, mỗi nơi có những dịch vụ rất phong phú đặc trưng riêng như là những sự kiện văn hóa, suối nước nóng, những trải nghiệm nông nghiệp, nướng thịt dã ngoại ... Nghe nói cũng có rất nhiều khách du lịch nước ngoài mướn xe lái đến những trạm dừng chân này.

Để tìm kiếm những trạm dừng chân ở những vùng chúng ta muốn đi, hãy search từ khóa「道の駅」.

これ知ってる？

魔除けの草花
Talismanic Flowers ／駆邪的草花／ Hoa cỏ trừ tà

お月見

　お月見というと、日本人なら「月にススキに団子」が頭に浮かびます。秋の草花は多いのに、なぜススキなのでしょう。調べてみると、理由の一つに、ススキの切り口が鋭いので魔除けになるとされています。魔除けというのは、嫌なもの、怖いものを近づけないためのものです。実は植物を魔除けとして飾る行事がいくつかあるのです。節分に飾る柊、ひな祭りの桜と橘に桃、子どもの日には花菖蒲。これらは薬草として使われるものも多く、植物の持つ力が健康や成長を助けてくれると考えられたのです。行事ごとに、このような植物を飾り、一年の健康と無事を祈ってきたのですね。

For moon viewing, Japanese people imagine "moon, Japanese pampas grass, and dumpling." There are many autumn flowers, but why Japanese pampas grass? When I researched it, I found out that one of the reasons is that pampas grass has sharp edges, which is said to ward off evil spirits. Talisman is what keeps unpleasant or scary things away. In fact, there are some events where plants are displayed as talismans. Hiiragi (Osmanthus heterophyllus) decorated on Setsubun, cherry blossoms, tachibana (Citrus), peach blossoms for Doll's Festival, irises for Children's Day; many of them were used as medicinal herbs, and it was considered that the power of these plants could aid health and growth. For each event, plants like these are displayed and people prayed for health and safety throughout the year.

　提到赏月，如果是日本人的话，脑海中会浮现出"月亮、芒草与丸子"。秋季的草花众多，为什么是芒草呢？据调查，其中一个原因是芒草的切口锋利，被认为具有驱邪的作用。驱邪就是为了避免不好的事情或可怕的事物靠近而设置物品。实际上，有一些活动会以植物作为驱邪物来装饰。比如节分时摆放的柊树、女儿节时的樱花、橘子和桃子、儿童节时的菖蒲等。其中许多植物也被用作药草，人们认为植物具有的力量可以帮助健康和成长。在各种活动中，人们会摆放这样的植物，祈求一年的健康平安。

　Nếu nói đến Trung Thu thì người Nhật nghĩ đến câu "bánh gạo nếp ánh trăng ngọn cỏ". Hoa cỏ mùa thu có rất nhiều nhưng tại sao lại là cỏ lau? Khi tôi thử tìm hiểu thì biết được một lý do là vì mặt cắt của cỏ lau rất bén, nên người ta cho rằng có tác dụng đuổi tà. Đuổi tà có nghĩa là không để cho những thứ đáng sợ, đáng ghét đến gần. Thật ra cũng có một vài loại thực vật có tác dụng đuổi tà được trang trí trong các ngày lễ. Những thứ này được nghĩ sử dụng như một dược thảo có tác dụng trợ giúp cho sức khỏe hay sự tăng trưởng. Mỗi sự kiện, những thực vật này được trang trí để cầu nguyện cho sức khỏe và bình an trong một năm.

Unit 11

縦に長い国、日本
たて なが くに にっぽん

★★★★★

A Vertically Long Country, Japan
纵向狭长的国家，日本
Nhật Bản, đất nước trải dài theo chiều dọc.

see ▶ p.158

①	Nからみると	動物が住む環境からみると、北海道とその他の地域では区分が違います。 どうぶつ す かんきょう ほっかいどう ほか ちいき く ぶん ちが
②	〜わりに	面積が小さいわりにこのような多様性のある国は、多くはないそうです。 めんせき ちい た ようせい くに おお
③	イA-くてたまらない	外は暑くてたまらないですよ。 そと あつ
④	V-そうもない	私は寒がりなんで、札幌には住めそうもありません。 わたし さむ さっぽろ す

  モノローグ

(◀))48

日本は地図で見ると弓のような形をし
に ほん ち ず み ゆみ かたち
ていて、大小の島々が縦に長く連なって
だいしょう しまじま たて なが つら
いる国です。最北端から最南端まで約
くに さいほくたん さいなんたん やく
3,000 kmあるのですが、南北に長いこ
さん ぜん キロメートル なんぼく なが
とで地域によって気候や生息する動植物
ち いき き こう せいそく どうしょくぶつ
に違いがあります。
ちが

日本には、2種類の熊がいるのですが、本州や四国にいるのはツキ
に ほん に しゅるい くま ほんしゅう し こく

ブラキストン線

トーマス・ブラキストン

Grammar → p.158, 159
⑤Nによって〈場合〉
ば あい
⑥Nだけでなく
⑦〜とはいえ
⑧〜おかげで

Words

弓：bow ／弓／ cây cung
ゆみ
連なる：collection (of islands) ／连着／ trải dài
つら
最北端：northernmost point ／最北端／ điểm cực
さいほくたん bắc

最南端：southernmost point ／最南端／ điểm cực
さいなんたん nam
気候：climate ／气候／ khí hậu
き こう
生息する：inhabit ／生长／ sinh sống
せいそく
熊：bear ／熊／ gấu
くま
ツキノワグマ：Asian black bear ／日本黑熊／
Gấu đen Châu Á
絶滅する：become extinct ／灭绝／ tuyệt chủng
ぜつめつ
ヒグマ：brown bear ／亚洲黑熊／ Gấu nâu
キタキツネ：northern fox ／虾夷赤狐／ cáo đỏ

ノワグマという熊で、九州にもツキノワグマがいたのですが、絶滅し
たとされています。一方、北海道にはこの熊はおらず、ヒグマという熊
がいます。それだけでなく、キタキツネやエゾシカも、日本では北海道
にしかいないのです。それに、ニホンザルは、北海道にはいないのです。
どうしてでしょうか。

　日本の野鳥を研究していたトーマス・ブラキストンという人が、北
海道と本州より南では住む動物が違うことに気づき、この二つを分け
る線を「ブラキストン線」と呼ぶようになりました。動物が住む環境か
らみると、北海道とその他の地域では区分が違っているのです。

　気候の区分を見ると、日本のほとんどの地域は温帯で、南の沖縄は
亜熱帯に区分されています。しかし、北の北海道は冷帯に区分されてい
て、東アジアに特有とされる梅雨もほとんどありません。

　温暖化で気候が変わってきているとはいえ、縦に長いおかげで、日本
の北では流氷が見られ、南ではサンゴ礁が見られます。面積が小さい
わりにこのような多様性のある国は、世界でも多くはないそうです。

エゾシカ：Hokkaido shika (deer) ／北海道梅花鹿
　／hươu sao Hokkaido

ニホンザル：Japanese macaque ／日本猕猴／ khỉ
　Nhật Bản

野鳥：wild bird ／野生鸟类／ chim hoang dã

区分：classification ／区分／ phân chia

温帯：temperate zone ／温带／ ôn đới

亜熱帯：subtropical zone ／亚热带／ cận nhiệt
　đới

冷帯：cold zone ／寒带／ hàn đới

特有な：unique ／特有的／ tiêu biểu

梅雨：rainy season ／梅雨／ mùa mưa

温暖化：Global warming ／气候变暖／ ấm dần
　của trái đất

流氷：drift ice ／浮冰／ băng trôi

サンゴ礁：coral reef ／珊瑚礁／ dãy san hô

多様性：diversity ／多样性／ tính đa dạng

フォーマル 夏涼しく、冬暖かいのが理想
なつすず　　ふゆあたた　　　　り そう

Situation 社員と来社した取引先の人が暑さについて話しています。
　　　　　　　しゃいん　らいしゃ　とりひきさき　ひと　あつ　　　　　　はな

山本　：外は暑かったでしょう。冷たいお茶どうぞ。
やまもと　そと　あつ　　　　　　　　つめ　　　ちゃ

前田（取引先）：あ、恐れ入ります。もー、暑くてたまらないですよ。
まえだ　とりひきさき　　　おそ　い　　　　　　　あつ

山本　：これからお盆前までは、もっと気温が上がりますから、熱
　　　　　　　　　ぼんまえ　　　　　　　　きおん　あ　　　　　　　　　ねっ

　　　　中症に要注意ですね。
　　　　ちゅうしょう　ようちゅうい

前田　：そう思って、外に出るときは特に水分をとるようにしてるん
　　　　　　おも　　　そと　て　　　　　とく　すいぶん

　　　　です よ。でも、まだ暑くなるんですか？
　　　　　　　　　　　　　　　あつ

山本　：前田さんは、今年4月に広島へいらっしゃったんですよね。
　　　　まえだ　　　ことし しがつ　ひろしま

　　　　じゃ、ここの夏は初めてですね。
　　　　　　　　　　なつ　はじ

前田　：ええ。

山本　：広島はけっこう蒸し暑いですよ。それに、朝夕、なぎがあり
　　　　ひろしま　　　　　　む　あつ　　　　　　　　あさゆう

　　　　ますし。

前田　：「なぎ」というのは？

◖Grammar →　p.158, 159, 160

③イ A- くてたまらない

⑨ V- るようにする

⑩ N というのは

⑪〜ということだ〈意味〉
　　　　　　　　　　　いみ

⑫そういえば、

④ V- そうもない

◖Words

理想：ideal ／理想／ lý tưởng
りそう

取引先：suppliers ／客户／ đối tác
とりひきさき

お盆：Obon (lantern festival) ／盂兰盆节／ lễ
ぼん　　Obon

熱中症：heatstroke ／中暑／ bị trúng nhiệt
ねっちゅうしょう

要注意：be careful ／需注意／ cần chú ý
ようちゅうい

水分をとる：keep hydrated ／补充水分／ uống
すいぶん　　nước

広島：Hiroshima ／广岛／ Hiroshima
ひろしま

蒸し暑い：humid (and hot) ／闷热／ nóng bức
む　あつ

朝夕：morning and evening ／早晚／ sáng chiều
あさゆう

山本　：ああ、日中は海から陸に向かって風が吹くんですね。反対
に、夜は陸から海に向かって風が吹くんですが、これが入
れ替わる朝夕に無風状態になるんです。それを「なぎ」っ
ていうんですけど、そのときは特に蒸し暑く感じられるとい
うことなんですよ。

前田　：へー、それはたまらないですね。ちなみに冬はどうなんです
か？

山本　：うーん、0度以下になることは、珍しいと思いますよ。

前田　：そうですか。じゃ、冬はあまり厳しくないんですね。そうい
えば、去年の冬、札幌に出張したときは寒くて凍えました
よ。

山本　：へー、私は寒がりなんで、札幌には住めそうもありません。
住むなら、夏は涼しくて、冬暖かいところが理想ですね。

前田　：そんなところがあったら、僕にも教えてください。

なぎ：calm (no wind)／风平浪静／lặng

日中：during the day／白天／trong ngày

陸：land／陆地／đường bộ

入れ替わる：be replaced／轮流／thay đổi

無風状態：condition of no wind／无风状态／
　　　　tình trạng không gió

たまらない：unbearable／受不了／không chịu
　　　　nổi

ちなみに：by the way／順便提一下／vậy thì,
　　　　nhân tiện

0度：zero degree／零度／0 độ

珍しい：rare／少见的／hiếm

札幌：Sapporo／札幌／Sapporo

凍える：freezing／感到寒冷／đóng băng

寒がり：sensitive to cold／怕冷／sợ lạnh

カジュアル **夏涼しく、冬暖かいのが理想**
なつすず　　ふゆあたた　　　　　　りそう

50

Situation　母親と息子が暑さについて話しています。
　　　　　　ははおや　むすこ　あつ　　　　　　はな

母：今日は暑くてたまらないね。
はは　きょう　あつ

正太（息子）：部屋の中にいても、熱中症にかかることがあるらしい
しょうた　むすこ　　へや　なか　　　　　ねっちゅうしょう
　　　　　　よ。お母さんも我慢しないで適度にエアコンをつけて、
　　　　　　　　　かあ　　　がまん　　　てきど
　　　　　　水分をとるようにしてね。
　　　　　すいぶん

母：お気づかい、ありがとう。今年の夏はどこか涼しいところで
　　き　　　　　　　　　ことし　なつ　　　　すず
　　過ごしたいなー。
　　す

正太：最近、涼しい場所に引っ越しする人が増えているらしいよ。
　　　さいきん　すず　ばしょ　ひ　こ　　ひと　ふ

母：えっ？　涼しい**はず**の北海道でも、最近は 30 度超えるとこ
　　　　　　すず　　　　ほっかいどう　　さいきん　さんじゅうど　こ
　　ろもあるって聞くけど、日本でそんなところあるの？
　　　　　　　き　　　　にほん

正太：うん。このあいだテレビでどこかの高原を紹介してたよ。
　　　　　　　　　　　　　　　　　こうげん　しょうかい

母：そういえば、長野県のある高原では夏でも夜は布団が必要
　　　　　　　　ながのけん　　こうげん　なつ　よる　ふとん　ひつよう
　　だって聞いたことがある。
　　　　　き

正太：あ、そうそう、標高が高いことと、冷気湖の現象で、夏で
　　　　　　　　　ひょうこう　たか　　　　れいきこ　げんしょう　なつ
　　　もエアコンいらないんだって。

母：冷気湖？　それ何？
　　れいきこ　　　　なに

Grammar → p.158, 159, 160

③イ A- くてたまらない
⑨ V- るようにする
⑬〜はず
⑫そういえば
⑩ N というのは
⑪〜ということだ〈意味〉
　　　　　　　　　いみ
④ V- そうもない

Words

理想：ideal ／理想／ lý tưởng
りそう

熱中症：heatstroke ／中暑／ bị trúng nhiệt
ねっちゅうしょう
我慢する：be patient ／忍耐／ chịu đựng
がまん
適度：moderate ／适度／ vừa phải
てきど
エアコン：air conditioner ／空调／ máy điều hòa
水分をとる：keep hydrated ／补充水分／ uống
すいぶん
　　　　　nước
お気づかい：consideration ／关心／ quan tâm
　き
超える：exceed ／超过／ vượt quá
こ
高原：plateau ／高原／ cao nguyên
こうげん

134

正太　：冷気湖っていうのは、冷たい空気が湖みたいにたまるとい
　　　　うことで、盆地や谷に冷たい空気が流れ込むんだって。

母　　：でも冬、寒いんじゃない？　それは嫌だな。

正太　：そうだね。だから夏だけそこで過ごす人もいるんだって。

母　　：気分が変わっていいかもね。将来、お金を儲けて、別荘買
　　　　ってくれる？

正太　：いやいや、お金儲けなんてできそうもありません。お二人の
　　　　退職金でどうぞ。

母　　：そうきたか。

布団：futon ／被子／ chăn

標高：elevation ／海抜／ độ cao

冷気湖：cold-air pool ／冷湖效应（气象学用语）／ khí lạnh

たまる：accumulate ／积累／ dọng lại

盆地：basin ／盆地／ vùng thung lũng

谷：valley ／谷地／ thung lũng

流れ込む：flow into ／流入／ thổi đến

儲ける：make money ／赚钱／ kiếm (tiền)

別荘：holiday house ／别墅／ biệt thự

お金儲け：making money ／赚钱／ kiếm tiền

退職金：severance pay ／退休金／ tiền nghỉ việc

これ知ってる？

都道府県クイズ
とどうふけん

Quizzes on Prefectures ／都道府県小问答／
Câu đố về tổ chức hành chính

　日本は４７の都道府県（東京都、北海道、大阪府、京都府、その他の県）に
わかれています。一番北は北海道、一番南は沖縄県で、どちらも周りが全部海
です。ここでクイズです。

Q1 周りに海のない都道府県はいくつありますか。

Q2 有名な山、富士山は何県にあるでしょうか。

Q3 一番大きい都道府県は北海道です。では、一番小さいのは？

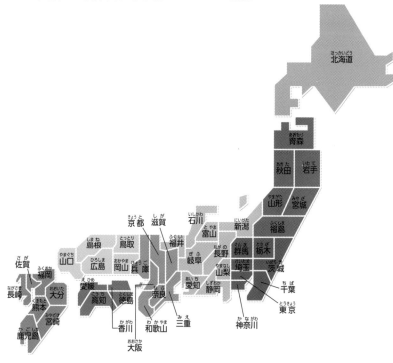

Japan is divided into 47 prefectures (Tokyo-to, Hokkai-do, Osaka-fu, Kyoto-fu, and other prefectures). The northernmost prefecture is Hokkaido, and the southernmost prefecture is Okinawa, both of which are surrounded by ocean. Here are some questions.

Q1 How many prefectures are not surrounded by ocean?

Q2 In which prefecture is the famous mountain, Mt. Fuji, located?

Q3 The largest prefecture is Hokkaido. Which is the smallest prefecture?

日本分为 47 个都道府县（东京都、北海道、大阪府、京都府以及其他县）。最北是北海道，最南是冲绳县。它们周围都是海。现在来做个小测验吧。

Q1 周围没有海的都道府县有多少个？

Q2 著名的富士山位于哪个县？

Q3 最大的都道府县是北海道。那么，最小的是哪一个？

Nhật Bản được chia thành 47 tổ chức hành chính (thủ đô Tokyo, Hokkaido, phủ Osaka, phủ Kyoto, và những tỉnh thành khác). Nằm ở Bắc Nhật Bản là Hokkaido, phía Nam là tỉnh Okinawa, xung quanh khu vực nào cũng là biển. Ở đây có một câu hỏi cho các bạn.

Q1 Có mấy tổ chức hành chính (đô đạo phủ huyện) xung quanh không có biển?

Q2 Núi nổi tiếng, núi Phú Sĩ nằm ở tỉnh nào?

Q3 Tổ chức hành chính lớn nhất là Hakkaido. Vậy thì tỉnh nào nhỏ nhất?

答え：

A1 海がないのは８県（栃木県、群馬県、埼玉県、山梨県、長野県、岐阜県、滋賀県、奈良県）です。

A2 富士山は静岡県と山梨県にまたがっています。でも、頂上はどちらの県でもありません。そこには神社があり、神様がいる場所だからだそうです。

A3 香川県です。この県はうどんが有名で、「うどん県」と言われています。

Answers:

A1 There are 8 prefectures that are not surrounded by ocean (Tochigi-ken, Gunma-ken, Saitama-ken, Yamanashi-ken, Nagano-ken, Gifu-ken, Shiga-ken, and Nara-ken).

A2 Mt. Fuji straddles Shizuoka and Yamanashi prefectures. However, the summit does not belong to either prefecture. It is said that because there is a shrine where the gods reside.

A3 It is Kagawa-ken. This prefecture is famous for its udon noodles and is called the "Udon Prefecture."

答案：

A1 周围没有海的县有 8 个（栃木县、群马县、埼玉县、山梨县、长野县、岐阜县、滋贺县、奈良县）。

A2 富士山横跨静冈县和山梨县。但是，它的顶峰不属于任何一个县。据说是因为那里有一座神社、神明居住在那。

A3 香川县。这个县以乌冬面面闻名，被称为"乌冬县"。

Câu trả lời.

A1 Số tổ chức hành chính không có biển là 8 tỉnh (tỉnh Tochigi, tỉnh Gunma, tỉnh Saitama, tỉnh Yamanashi, tỉnh Nagano, tỉnh Gifu, tỉnh Shiga, tỉnh Nara).

A2 Núi Phú Sĩ nằm giữa tỉnh Shizuoka và tỉnh Yamanashi, nhưng ngọn núi không nằm ở tỉnh nào cả, vì ở đó có đền thờ thần, nơi đó có thần linh cư ngụ.

A3 Tỉnh Kagawa. Tỉnh này nổi tiếng Udon, còn được gọi là "tỉnh Udon".

日本人大学生のアルバイト事情
にほんじんだいがくせい　じじょう

★★★★★

Part-Time Jobs by Japanese College Students
日本人大学生的兼职情况
Tình hình làm thêm của sinh viên Nhật Bản

see ▶ p.160

①	謙譲語 けんじょうご 〈特別な形の動詞〉 とくべつ　かたち　どうし	（私は）キム・スヨンと申します。 わたし　　　　　　　　　　　もう
②	尊敬語 そんけいご 〈特別な形の動詞〉 とくべつ　かたち　どうし	（キムさんは）「勉強したほうがいいのではないか」とおっ べんきょう しゃいました。
③	Nについて	「大学生のアルバイト事情」について、調査しました。 だいがくせい　　　　　じじょう　　　　　ちょうさ
④	〜のではないか	もう少し勉強したほうがいいのではないかと思いました。 すこ　べんきょう　　　　　　　　　　　　　　おも

 プレゼンテーション

🔊 51

　こんにちは。韓国からの留学生、キム・
かんこく　　　　りゅうがくせい
スヨンと申します。私は、「日本人の大学
もう　　　わたし　　にほんじん　だいがく
生のアルバイト事情」について、くろし
せい　　　　　　じじょう
お大学の学生を対象に、アンケート調査
だいがく　がくせい　たいしょう　　　　　　　ちょうさ
を行いました。このテーマを選んだ理由
おこな　　　　　　　　　えら　りゆう
は、私の国に比べて、日本ではアルバイ
わたし　くに　くら　　にほん
トをしている大学生が多いと感じたためです。
だいがくせい　おお　　かん

Grammar → p.160, 161

⑤ V- たところ
⑥ V- る／N のため（に）〈目的〉 もくてき
⑦ N1 に対する N2
⑧ S1 一方で、S2 いっぽう

Words

韓国：Korea ／韩国／ Hàn Quốc
かんこく
申す：say (humble form) ／我叫 (自谦语) ／ gọi là,
もう
nói là (khiêm nhường ngữ)
対象：target ／对象／ đối tượng
たいしょう

アンケート調査：questionnaire survey ／问卷调
ちょうさ
査／ điều tra khảo sát
感じる：feel ／感到／ cảm thấy
かん
早速：right away ／立刻，马上／ ngay, liền
さっそく
調査結果：results of a survey ／调查结果／ kết
ちょうさけっか
quả điều tra
報告する：report ／汇报，报告／ báo cáo
ほうこく
いたす：do (humble form) ／做 (自谦语) ／ làm
(khiêm nhường ngữ)
調査協力者：research collaborator ／调查协力者
ちょうさきょうりょくしゃ

それでは、早速ですが、調査結果について報告いたします。調査協
力者はくろしお大学の学部生50名で、そのうち1年生が7名、2年
生が12名、3年生が16名、4年生が15名でした。全員に二つの
質問をしました。

🔊 52　一つ目の質問は、「現在、アルバイトをしているか」についてでした。
その結果、約80％の学生がアルバイトをしていることが分かりま
した。アルバイトをしている人に対してだけ、「どんなアルバイトをし
ているか」尋ねたところ、飲食業と答えた人が最も多かったです。例
えばカフェや居酒屋などです。次に多かったのは教育でした。塾講師
や家庭教師などです。

　二つ目の質問は、アルバイトをしている人には「アルバイトをする理
由」について、していない人には「アルバイトをしない理由」について、
それぞれ尋ねました。「アルバイトをする理由」で最も多かったのは、
自由に使えるお金を得るためでした。そのような人たちは、アルバイト
で得たお金を、ちょっとした身の回りの物を買うためや、旅行に行くた
めなどに使っているようです。一方で、社会勉強のためにアルバイトを
しているという人も、約20％いました。「アルバイトをしない理由」

／người tham gia trả lời khảo sát

学部生：undergraduate students ／大学生／ sinh
viên đại học

尋ねる：ask (questions) ／询问／ hỏi

飲食業：restaurant business ／餐饮业／ lĩnh vực
ăn uống

カフェ：cafe ／咖啡店／ cà phê

居酒屋：tavern ／酒馆／ quán nhậu

塾講師：cram school instructor ／补习班老师／
dạy kèm ở trung tâm

家庭教師：tutor ／家庭教师／ gia sư

得る：obtain ／得到／ có được

ちょっとした：small amount ／稍微／ một chút

身の回りの物：personal belongings ／私人物品／
những thứ cho bản thân

旅行：triip ／旅游，旅行／ du lịch

社会勉強：learning about the society ／社会学习
／ học hỏi xã hội

で多かったのは、「今は、大学での勉強をがんばりたいから」というものでした。

以上がアンケート調査の結果です。韓国では、アルバイトをせずに毎日夜遅くまで図書館で勉強して、卒業や就職に備える学生が多いです。この点で、日本とはずいぶん違うなと思いました。おそらく、学生がアルバイトをすることに対する親の意識も、韓国と日本とではかなり違うのではないかと思いました。少なくとも、私の親は、私がアルバイトをすることに否定的です。日本のほうが学生時代にいろいろできていいなと思う一方で、大学生ならもう少し勉強したほうがいいのではないかと思いました。

　私の発表は以上です。何か、ご質問やご意見などありましたら、よろしくお願いいたします。

備える：prepare ／准备／ chuẩn bị cho

ずいぶん：quite a bit ／非常／ khá

意識：consciousness ／意识／ ý thức

少なくとも：at least ／至少／ ít nhất cũng

否定的：negative ／否定的／ mang tính phủ định

Section II

ダイアローグ

フォーマル　　**質疑応答**
しつ　ぎ　おう　とう

 54

Situation　発表が終わったあと、質問したり、答えたりしています。
はっぴょう　お　　　　　しつもん　こた

キム（発表者）：何か、ご質問やご意見などありましたら、よろしくお願
はっぴょうしゃ　なに　　　しつもん　い けん　　　　　　　　　　　　　ねが
　　　　　　　　いいたします。

中村　：はい。
なかむら

司会　：中村さん、どうぞ。
し かい　　なかむら

中村　：はい。ご発表、どうもありがとうございました。とても興味深
　　　　　　　　はっぴょう　　　　　　　　　　　　　　　　　きょう み ぶか
　　　　くうかがいました。一つ、質問させてください。
　　　　　　　　　　　　　　ひと　しつもん

キム　：はい。

中村　：先ほど「大学生ならもう少し勉強したほうがいい**のではない**
さき　　だいがくせい　　　すこ　べんきょう
　　　　か」とおっしゃいましたが、学生時代にアルバイトをしないこ
　　　　　　　　　　　　　　　　　がくせい じ だい
　　　　とには問題がありませんか。個人的には、勉強**ばかりではなく**、
　　　　　　もんだい　　　　　　こ じんてき　　　べんきょう
　　　　アルバイト、部活、ボランティア活動なども、社会に出て働く
　　　　　　　　　ぶ かつ　　　　　　　かつどう　　　しゃかい　で　はたら
　　　　ときにおおいに役立つ**のではないか**と思うんです。特に、周り
　　　　　　　　　　　やく だ　　　　　　　　おも　　　とく　まわ
　　　　の人と協力して働く力は、勉強だけでは身につかない**のでは**
　　　　ひと　きょうりょく　はたら　ちから　べんきょう　　　　み
　　　　ないでしょうか。

Grammar → p.160, 161

①謙譲語〈特別な形の動詞〉
けんじょうご　とくべつ　かたち　どうし
④〜のではないか

②尊敬語〈特別な形の動詞〉
そんけいご　とくべつ　かたち　どうし
⑨〜ばかりではなく

③Nについて

⑩Nこそ

⑪V-ておく

⑫V（普通形）べきではないだろうか
ふ つうけい

Words

質疑応答：question and answer session ／答疑／
しつ ぎ おうとう　　　　　　　　　　　Trả lời câu hỏi

発表者：presenter ／做报告的人／ người phát biểu
はっぴょうしゃ

司会：moderator ／主持／ dẫn chương trình, MC
し かい

興味深く：interestingly ／非常有兴趣／ quan tâm
きょう み ぶか　　　　　　　　　　　sâu sắc

うかがう：listen (humble form) ／请教（自谦语）
　　　　　／ lắng nghe (khiêm nhường ngữ)

先ほど：earlier ／刚才／ lúc nãy
さき

キム ：中村さん、ご意見どうもありがとうございます。そうですね。勉強、アルバイト、部活、ボランティア活動、それらのバランスが大事なのかもしれません。次回は、勉強とアルバイトのバランスについても調査してみたいと思います。

伊藤 ：あのう、いいでしょうか。私は中村さんと少し違う意見なんですが…。

司会 ：はい、伊藤さん。

伊藤 ：私は「大学生は勉強すべきだ」という意見に賛成です。「一度就職したら、自由な時間や勉強する機会はなくなる」とよく耳にします。学生時代こそたくさん本を読んで、教養と専門知識を身につけておくべきではないでしょうか。

キム ：ありがとうございます。最近は「リカレント教育」というものもあるようです。将来は私もその機会を利用して、必要なときに学び直しをしたいと考えています。

司会 ：はい、みなさん、ありがとうございました。時間になりましたので、これで終わりにしたいと思います。

キム ：どうもありがとうございました。

おっしゃる：say (respect form) ／您说的（尊敬语）／ nói (kính ngữ)

個人的に：personally ／个人的／ theo cá nhân tôi

部活：club activities ／社团／ hoạt động đội nhóm

おおいに：very much ／非常／ nhiều

周りの人：people around (you) ／周围的人／ người xung quanh

協力する：cooperate ／协助／ hỗ trợ

調査する：research ／调查／ điều tra

賛成：agreement ／赞成／ tán thành

就職する：get a job ／就业／ xin việc

耳にする：hear ／听说／ nghe

教養：education ／教养／ giáo dục

専門知識：expertise ／专业知识／ kiến thức chuyên môn

身につける：learn ／掌握／ trang bị

リカレント教育：recurrent education ／终身教育／ giáo dục định kỳ

学び直し：relearning ／重新学习／ học lại

これ知ってる？

身近にある図書館

Library near by ／附近的图书馆／ Những thư viện xung quanh bạn.

留学生が日本の大学図書館で驚くことの一つは、利用者が少ないことです。一方、街の公立図書館には朝から晩まで老若男女が訪れます。そこは本を借りるだけではなく、市民が集う場所でもあります。定期的に市民向けのイベントが行われ、カフェがあるところも多くなりました。日本には約3,000の公立図書館があって、それぞれに個性があります。

石川県の「金沢海みらい図書館」は「世界の魅力的な図書館ベスト20」に選ばれたことがあります。設計コンセプトは「ケーキのハコ」です。四方の壁は真っ白で、約6,000個の丸い窓がついています。まるで宇宙船の中にいるようです。疲れにくい椅子があるのも魅力的です。みなさんの家の近所にはどんな図書館がありますか？

金沢海みらい図書館（写真 AC）

One of the things that surprises international students about Japanese university libraries is how few people use them. On the other hand, men and women of all ages visit the city's public libraries from morning until night. These libraries are not only the place to borrow books but where citizens gather. Events for citizens are held regularly, and many places now have cafes. There are about 3,000 public libraries in Japan and each of them have special features.

"Kanazawa Ocean Future Library" was once chosen as one of the "Best 20 World Attractive Libraries." The design concept is "a cake box." The four walls are pure white, and there are approximately 6,000 round windows. You would feel as if you are in a spaceship. There are chairs that do not make you tired, which is also attractive. What kind of library is there in your neighborhood?

留学生在日本大学图书馆感到惊讶的一件事是利用者很少。另一方面，市立图书馆从早到晚都会有男女老少的人们前来。那里不仅仅是借书的地方，也是市民聚集的场所。定期举办市民活动，许多地方还设有咖啡厅。日本大约有 3,000 个公立图书馆，每个都有其独特的特色。

石川县的"金泽海未来图书馆"曾被评为"全球最具魅力的 20 个图书馆"之一。其设计概念是"蛋糕盒"。四周的墙壁全是纯白色，约 6,000 个圆形窗户。感觉就像置身于宇宙飞船中一样。此外，那里的椅子也很舒适，令人愿意久坐。你家附近有什么样的图书馆呢？

Một trong những điều mà du học sinh bất ngờ là có ít người sử dụng thư viện trong các trường đại học Nhật. Trái lại thì ở các thư viện công lập trong các thành phố từ sáng đến chiều có nhiều nam nữ ở mọi lứa tuổi ghé đến. Ở đó, họ không chỉ mượn sách mà họ còn dùng nơi này như một nơi để họ tập trung gặp gỡ. Hiện nay có nhiều nơi còn tổ chức nhiều sự kiện định kỳ dành cho những người sống trong khu vực đó, rồi cũng có những nơi có cả những quán cà phê. Hiện tại ở Nhật có khoảng 3,000 thư viện công lập, mỗi nơi đều có những đặc trưng riêng.

"Thư viện Kanazawaumi mirai" tỉnh Ishikawa đã từng được chọn lọt vào "Top 20 thư viện có sức hút trên thế giới". Ý tưởng thiết kế của thư viện là "hộp bánh kem". Tường bốn hướng có màu trắng xóa và có khoảng 6,000 cửa sổ tròn. Giống như đang ở trong tàu vũ trụ. Có nhiều ghế ngồi lâu nhưng ít mệt cũng là sức hút của thư viện. Gần nhà các bạn có những thư viện như thế nào?

Self Check ☑

じ こ ひょう か

Let's make a self-assessment.　自我评价一下吧。Thử tự đánh giá bản thân.

①下の音声ファイルをシャドーイングして、自分の声を録音します。
　した　おんせい　　　　　　　　　　　　　　　　じ ぶん　こえ　ろくおん

②スクリプトを見ながら録音を聞き、できているかどうか確認しましょう。そして、チェック表で
　　　　　　　み　　　　ろくおん　き　　　　　　　　　　　　　　かくにん　　　　　　　　　　　　　　　　　　ひょう

　得点をつけましょう。
　とくてん

③うまく言えなかった部分には○をつけましょう。
　　　　い　　　　　　　ぶぶん

<table>
<tr><td>

① Use the following audio file for shadowing, and record your voice.

② Listen to your recording while looking at the script, and confirm whether you were able to complete it or not. Then score your recording, using the check table.

③ Mark the parts with ○ that you could not repeat well.

</td><td>

① 跟读下面的音频，给自己录个音

② 看看脚本内容听录音，确认自己是否跟上了。然后在确认表上打分吧。

③ 在没有能跟对的地方上做个"○"的标记。

</td><td>

① Luyện tập shadowing (nói theo) file âm thanh, sau đó tự thu âm giọng của mình.

② Vừa nghe thu âm vừa xem phần script trong sách, kiểm tra xem mình đã làm được hay chưa. Sau đó tự chấm điểm ở bảng kiểm tra.

③ Đánh dấu ○ vào phần chưa nói được tốt.

</td></tr>
</table>

Unit 10

 45

　日本には昔から受け継がれてきた伝統行事がありますが、海外から
　にほん　　むかし　　う　つ　　　　　　てんとうぎょうじ　　　　　　　　　かいがい

入ってきて定着したものもあります。なかでもクリスマスは宗教に関係
はい　　　　ていちゃく　　　　　　　　　　　　　　　　　　　　しゅうきょう　かんけい

なく、ごちそうやケーキを用意して家族と楽しく過ごしたり、プレゼント
　　　　　　　　　　　　　ようい　　かぞく　たの　　す

を交換したりします。クリスマスが定着したのは昭和に入ってからのよ
　こうかん　　　　　　　　　　　　　　　　　ていちゃく　　　　しょうわ　はい

うです。

　その他にはバレンタインデーもあり、日本では女性から好きな人にチョ
　　　ほか　　　　　　　　　　　　　　　　　にほん　じょせい　　す　　ひと

コレートをあげます。2月頃にデパートやスーパーにチョコレートコー
　　　　　　　　　　にがつごろ

ナーができるのはそのためです。そして、秋にはハロウィンというお祭り
　　　　　　　　　　　　　　　　　　　　あき　　　　　　　　　　　　まつ

も見かけます。店にカボチャのランタンが飾られたり、仮装パーティーが
　み　　　　　みせ　　　　　　　　　　　　かざ　　　　かそう

行われたりします。
おこな

<table>
<tr><td>❶ 正確に言葉や文が言えた
せいかく ことば ぶん い</td><td>1</td><td>2</td><td>3</td><td>4</td><td rowspan="2">合計
ごうけい</td></tr>
<tr><td>❷ 正確に発音できた
せいかく はつおん</td><td>1</td><td>2</td><td>3</td><td>4</td></tr>
<tr><td>❸ 飛ばさずに、スムーズに言えた
と　　　　　　　　　　　い</td><td>1</td><td>2</td><td>3</td><td>4</td><td>／12点</td></tr>
</table>

See➡ p.12,16,20

144

日本は地図で見ると弓のような形をしていて、大小の島々が縦に長く連なっている国です。最北端から最南端まで約3,000km あるのですが、南北に長いことで地域によって気候や生息する動植物に違いがあります。

日本には、2種類の熊がいるのですが、本州や四国にいるのはツキノワグマという熊で、九州にもツキノワグマがいたのですが、絶滅したとされています。一方、北海道にはこの熊はおらず、ヒグマという熊がいます。それだけでなく、キタキツネやエゾシカも、日本では北海道にしかいないのです。それに、ニホンザルは、北海道にはいないのです。どうしてでしょうか。

日本の野鳥を研究していたトーマス・ブラキストンという人が、北海道と本州より南では住む動物が違うことに気づき、この二つを分ける線を「ブラキストン線」と呼ぶようになりました。動物が住む環境からみると、北海道とその他の地域では区分が違っているのです。

気候の区分を見ると、日本のほとんどの地域は温帯で、南の沖縄は亜熱帯に区分されています。しかし、北の北海道は冷帯に区分されていて、東アジアに特有とされる梅雨もほとんどありません。

温暖化で気候が変わってきているとはいえ、縦に長いおかげで、日本の北では流氷が見られ、南ではサンゴ礁が見られます。面積が小さいわりにこのような多様性のある国は、世界でも多くはないそうです。

	1	2	3	4	合計
❶ 正確に言葉や文が言えた	1	2	3	4	
❷ 正確に発音できた	1	2	3	4	
❸ 飛ばさずに、スムーズに言えた	1	2	3	4	／12点

See➡ p.12,16,20

Unit 9〜Unit 12のほかの文章も、録音して、自分でチェックしてみましょう!
Record the other sentences from Unit 9 to Unit 12 and check them yourself!
Unit 9〜Unit 12以外的文章也试着录个音、自己确认一下吧。
Các bạn cũng hãy tự thu âm và kiểm tra những đoạn văn khác của Unit 9 đến Unit 12.

■表現・文法リスト

N	noun	名词	danh từ
イ A	i-adjective	イ形形容词	tính từ -i
ナ A	na-adjective	ナ形形容词	tính từ na
V（※ V- る）	verb （※dictionary form of a verb）	动词 （※动词的原形）	động từ （※ thể từ điển của động từ）
S	sentence	句子	câu

タイトル	表現	例文
Unit 1	① ～とか	水戸光圀が初めて食べた**とか**、横浜の外国人居留地で始まった**とか**、いろいろな説があります。 There are various theories, such as Mito Mitsukuni ate it first and it began at the foreign settlement in Yokohama. 比如说水户光圀的初次品尝，或是在横滨的外国人居留地开始流行等等，有许多说法。 Có nhiều giả thuyết khác nhau, như là Mitsukuni Mito là người đầu tiên ăn món này hoặc nó được bắt nguồn ở một khu định cư cho người nước ngoài ở Yokohama.
	② Nとともに	工業化**とともに**、労働者を中心に広まりました。 With industrialization it spread mainly among workers. 随着工业化的推进，以劳工为中心开始广泛流行。 Cùng với công nghiệp hóa, món ăn này được lan rộng chủ yếu tập trung trong tầng lớp người lao động.
	③ Nならでは	その土地**ならでは**のラーメンが作られました。 A ramen unique to the area was created. 当地特有的拉面就诞生了。 Người ta chế biến ra món ramen chỉ có ở vùng đó.
	④ Nによって 〈受身の動作主〉 agent of passive 被动的动作主体 Chủ thể hành động thể bị động	中国人**によって**日本に紹介されたとしています。 It is said that it was introduced to Japan by the Chinese people. 据说是由中国人介绍到日本的。 Được cho rằng do người Trung Quốc giới thiệu đến Nhật Bản.
	⑤ Nとして	腹持ちする料理**として**労働者を中心に広まりました。 It became popular among workers as a dish that keeps them satiated. 作为一种能够让人感觉饱腹的料理，以劳动者为中心开始广泛流行。 Món này trở thành món ăn làm no bụng lan rộng chủ yếu tập trung trong tầng lớp người lao động.
	⑥ Nを中心に	労働者**を中心に**広まりました。 It spread mainly among workers. 以劳动者为中心开始广泛流行。 Lan rộng chủ yếu tập trung trong tầng lớp người lao động.

⑦	**V（普通形）ことから** plain form 简体 thế ngắn	お芝居を見るときに**食べたことから**、「幕の内」という名 前がついたらしいですよ。 I heard that it was named "Makunouchi" because people ate it when watching a play. 据说"幕の内"这个名称是因为人们在观看戏剧时吃了而得名的。 Món ăn có tên là "Makunouchi" vì người ta ăn khi đang xem kịch.
Unit 2 ①	**Nなど**	トマト、ビール**なども**、長崎から伝わったそうです。 I heard that tomatoes, beer, etc., came from Nagasaki. 据说番茄、啤酒等也是从长崎传入的。 Cà chua, bia... được mang đến từ Nagasaki.
②	**Nによって** **〈原因〉** cause 原因．理由 Nguyên nhân	鎖国**によって**、外国に行くことができませんでした。 Due to the national isolation, people were not able to go abroad. 由于锁国政策，无法前往外国。 Vì bế quan tỏa cảng nên không thể đi nước ngoài được.
③	**Nによって** **〈手段・方法〉** means, method 手段．方法 Phương pháp, cách thức	外国との貿易**によって**経済力をつけました。 Economic power was gained by trading with foreign countries. 通过与外国的贸易，增强了经济实力。 Việc giao thương với nước ngoài đã làm cho kinh tế phát triển.
④	**Nによって** **〈受身の動作主〉** agent of passive 被动的动作主体 Chủ thể hành động thể bị động	大量の砂糖が、中国**によって**出島に運ばれて来ました。 Large amounts of sugar were transported to Dejima by China. 大量的糖由中国运往出岛。 Rất nhiều đường được mang đến Dejima bởi Trung Quốc.
⑤	**すなわち**	**すなわち**江戸時代が大きく関係しています。 In other words, the Edo period has a lot to do with it. 换句话说，这与江户时代有着密切的关系。 Nói cách khác thì thời kỳ Edo có liên quan rất lớn.
⑥	**V-るようにする**	日本で1か所だけ、オランダと交流が**できるようにしました**。 Interacting with the Netherlands was made possible at only one place in Japan. 在日本只有一个地方允许与荷兰进行交流。 Chỉ một nơi ở Nhật Bản có thể giao lưu với Hà Lan.
⑦	**〜ことから**	このような**ことから**、長崎は日本の最先端の場所だったと いえるかもしれません。 Because of these facts, Nagasaki may have been the most advanced place in Japan. 从这些事情来看，长崎可能被称为日本的前沿地区。 Chính vì điều này mà có thể nói Nagasaki là nơi tiên phong nhất Nhật Bản.

⑧	Nといったら	長崎といったら、何をイメージされますか？	
		What comes to your mind when you think of Nagasaki?	
		当提到长崎，你会想到什么？	
		Khi nói đến Nagasaki thì các bạn liên tưởng đến điều gì?	
⑨	V-なくちゃ	カステラ、長崎土産に絶対買って帰らなくちゃいけませんね。	
		You should definitely buy castella as a souvenir of Nagasaki.	
		千层蛋糕，作为长崎特产，绝对得买回去呢。	
		Các bạn nhất định phải mua kasutera (bánh bông lan) mang về làm quà đặc trưng của Nagasaki.	
⑩	～かな（あ）	江戸時代の長崎の人は、グルメだったのかな。	
		I wonder if the people in Nagasaki during Edo period were gourmets?	
		我猜，江户时代的长崎人是美食家吧。	
		Người Nagasaki trong thời đại Edo có phải là thích ăn uống hay không?	
⑪	～からには	長崎に来たからには、ちゃんぽんも食べなければなりませんね。	
		Since I came to Nagasaki, I have to eat Champon, don't I?	
		来到长崎，一定要尝尝长崎拉面呢。	
		Một khi đã đến Nagasaki thì các bạn phải ăn món Champon.	
⑫	～んだって。	江戸時代は、たくさんの砂糖が長崎の出島に運ばれて来たんだって。	
		I heard that during Edo period, lots of sugar was transported to Dejima in Nagasaki.	
		据说在江户时代，大量的糖被运送到了长崎的出岛。	
		Vào thời đại Edo thì nhiều đường được chuyển đến vùng Dejima của Nagasaki.	
⑬	Nなんか	長崎の人は、チョコレートやコーヒーなんかも、オランダ人からもらって食べてたんだって。	
		I heard that people in Nagasaki were having chocolate, coffee, etc., given by the Dutch.	
		据说长崎的人们曾品尝过荷兰人送的巧克力和咖啡等美食呢。	
		Nghe nói người Nagasaki đã nhận và ăn sô-cô-la hay cà phê của người Hà Lan.	
Unit 3 ①	Nとして	お礼として何かを贈り返すという習慣があります。	
		There is a custom of giving something in return as an expression of gratitude.	
		有作为回礼而赠送些什么的习俗。	
		Có phong tục là gửi trả lại thứ gì đó để bày tỏ lòng biết ơn.	
②	～ということだ 〈伝聞〉 hearsay 听说，传闻 Truyền lời	それがお返しの始まりだということです。	
		That is the beginning of "Okaeshi", which is a returning gift.	
		这就是"回礼"的开始。	
		Đó chính là nguồn gốc của "hành động trả ơn".	

148

③	〜ということだ〈意味〉 meaning 意思 Ý nghĩa	それは「快気祝い」のパーティーを開く**ということ**ですか。 Does that mean you are having a party to celebrate someone's recovery? 这是指举办"庆祝康复"的聚会吗? Vì vậy mà họ mở "tiệc mừng hồi phục" à?
④	イA-いことに	**おもしろいことに**、日本人はバレンタインデーにもお返しの日を作りました。 Interestingly, the Japanese people also created a day of Okaeshi, returning a gift, for Valentine's Day. 有趣的是,日本人还设立了给情人节回礼的日子。 Điều thú vị là người Nhật đã biến ngày Valentine trở thành ngày trả ơn.
⑤	Nに限らない	この習慣は、祝い事に**限りません**。 This custom is not limited to celebrations. 这个习俗不仅限于庆祝活动。 Thói quen này không giới hạn ở việc chúc mừng.
⑥	Nによると	研究者**によると**、米や野菜を持ち寄ったそうです。 According to the researcher, villagers brought rice and vegetables. 据研究者称,他们汇聚了大米和蔬菜。 Theo các nhà nghiên cứu thì người ta thường mang rau và gạo đến.
⑦	V-る際	結婚式や葬式を**行う際**、米や野菜を持ち寄ったそうです。 Apparently they brought rice and vegetables when a wedding ceremony, funeral, etc. were held. 据说,在举办婚礼或葬礼时,人们会带来大米和蔬菜。 Nghe nói khi tổ chức đám cưới hay đám ma thì người ta thường mang rau và gạo đến.
⑧	V-ながらも	そう**言いながらも**、楽しんでいる人は多いのではないでしょうか。 Although they were saying that, I think many people enjoy it. 尽管如此,我认为仍然有很多人享受着这个过程。 Dù là nói như vậy nhưng chắc hẳn có nhiều người thích thú.
⑨	V-ず(に)、〜	**遠慮せず**、何でもどうぞ。 Feel free to ask for anything you like. 请别客气,随便吃喝。 Đừng ngại, cứ tự nhiên nhé.
⑩	V(普通形)ようだ plain form 简体 thể ngắn	あと数日で**退院できるようです**。 It looks like he/she will be discharged from the hospital in a few days. 看来还有几天就可以出院了。 Hình như mấy ngày nữa có thể xuất viện.

	⑪	**Nなら**	それならよかったですね。
			In that case, it would be good.
			如果是那样的话，真是太好了。
			Như thế thì tốt quá.
	⑫	**V（普通形）らしい** plain form 简体 thể ngắn	患者さんたちが「かいきわい」をどうするか話していたらしいんです。
			Apparently, patients were taking about what to do with "Kaikiwai" (celebration of recovery).
			听说患者们在讨论如何"庆祝康复"。
			Hình như bệnh nhân đã nói chuyện với nhau để bàn về việc mở "tiệc mừng phục hồi" như thế nào.
	⑬	**【疑問詞】V-たらいい（か）** question word 疑问词 Từ hỏi	どのような品物を選んだらいいのでしょうか。
			What kind of goods shall we choose?
			应该选择什么样的物品呢？
			Tôi nên chọn món đồ nào thì được?
	⑭	**～ってこと（だ）** 〈意味〉 meaning 意思 Ý nghĩa	「快気祝い」のパーティーを開くってこと？
			Do you mean to hold a party of "celebraton of one's health recovery"?
			意思是要举办一个"庆祝康复"的聚会？
			Có nghĩa là mở tiệc "mừng phục hồi" à?
	⑮	**V-ないで、～**	遠慮しないで、何でも聞いてよ。
			Don't hesitate to ask me any questions.
			别客气，请随便问。
			Đừng ngại, nếu có gì thì cứ hỏi nhé.
Unit 4	①	**V-たものだ**	音楽愛好家たちが足繁く通ったものです。
			Music lovers used to go there frequently.
			音乐爱好者们经常光顾的地方。
			Những người yêu âm nhạc thường xuyên đến.
	②	**Nがないなんて、～**	山本さんが一度も行ったことがないなんて、驚きです。
			I was surprised to hear that Mr. Yamamoto has never been there.
			山本先生竟然从未去过，真令人吃惊。
			Tôi bất ngờ vì Yamamoto chưa từng đi lần nào.
	③	**～ものだから**	あちこちにお気に入りの猫がいるものですから。
			Because my favorite cats are here and there.
			因为到处都有心爱的猫。
			Vì ở đây đó có mèo mà tôi yêu thích.

④	Nとして（も）	カフェは人々の憩いの場としても日本人の生活に根付いています。
		Cafes are deeply rooted in Japanese life as places for people to relax.
		咖啡馆作为人们休憩的场所已经深深扎根于日本人的生活中。
		Quán cà phê là nơi gắn liền với cuộc sống của người Nhật như là một nơi để thư giãn nghỉ ngơi.
⑤	【日時】から【日時】にかけて date and time 日期・时间 ngày giờ / thời gian	1950 年代から 1960 年代にかけては「歌声喫茶」が全盛期を迎えました。
		From the 1950s to the 1960s, sing-along cafes reached their peak.
		从 1950 年代到 1960 年代，歌声喫茶馆迎来了全盛时期。
		Từ những năm 1950 đến những năm 1960, những quán cà phê ca hát đã rất thịnh.
⑥	V-（よ）うと思う	会社の帰りに寄ってみようと思っているんです。
		I'm thinking of stopping by on my way home from work.
		我正在考虑下班后去一趟。
		Đi làm về muốn ghé qua.

Unit 5

①	【日時】から【日時】にかけて date and time 日期・时间 ngày giờ / thời gian	3 月から 4 月にかけて、ニュースでよく耳にします。
		From March to April, we often hear about it on news.
		从 3 月到 4 月期间，经常在新闻中听到。
		Tháng 3 đến tháng 4 thường nghe nhiều trên tin tức.
②	Nこそ	今年こそお花見をしたいと思ったんです。
		Definitely this year, I wanted to see cherry blossoms.
		想过今年一定要去赏花。
		Năm nay nhất định đi xem hoa.
③	V-ないうちに	桜が散らないうちにお花見をしたいね。
		We want to see cherry blossoms before they fall, don't we?
		希望在樱花还没有凋落之前去赏花呢。
		Muốn đi xem Sakura khi hoa còn chưa rụng.
④	Nをもとに	気象庁は過去のデータをもとに予想します。
		The Japan Meteorological Agency makes predictions based on past data.
		气象厅根据过去的数据进行预测。
		Đài khí tượng dựa trên những dữ liệu trong quá khứ để dự đoán.
⑤	～ことから	天気図の前線のようになることから、桜前線と呼ばれます。
		It is called the cherry blossom front because it becomes like a weather map front.
		由于和天气图上显现的锋面相似，因此被称为"樱前线"。
		Do giống với đường ranh giới trên bản đồ thời tiết, nên sinh ra cách gọi "sakurazensen" (đường nối thời gian hoa nở của các vùng ở Nhật).

	⑥	Nなど	お花見や桜の名所を訪ねる旅行<ruby>はな</ruby><ruby>み</ruby><ruby>さくら</ruby><ruby>めいしょ</ruby><ruby>たず</ruby><ruby>りょこう</ruby>**など**を計画します。<ruby>けいかく</ruby>
			People make plans such as viewing cherry blossoms and visiting well-known cherry blossom spots.
			计划参观赏花和樱花名胜地等旅行。
			Mình đang lên kế hoạch du lịch đến thăm những điểm nổi tiếng về Sakura và các nơi ngắm hoa.
	⑦	Nに対して	日本人の多くは、桜**に対して**特別な思いがあります。
			Many Japanese people have special feelings towards cherry blossoms.
			许多日本人对樱花有特殊的情感。
			Nhiều người Nhật có cảm tình đặc biệt với hoa Sakura.
	⑧	～ほど(だ)	この言葉は、歌のタイトルになる**ほど**、日本人に親しみをもたれるようになりました。
			This word has become so familiar to Japanese people that it has become the title of a song.
			这个词对日本人来说已是耳熟能详，甚至成为了歌名。
			Từ này trở nên rất gần gũi với người Nhật đến mức có thể làm tựa đề cho bài hát.
	⑨	Nらしい	エゾヤマザクラっていう桜**らしい**ですけど。
			Apparently it is a cherry tree named "Ezo Yamazakura".
			"エゾヤマザクラ"是一种樱花，据说在北海道很常见。
			Nghe nói loại hoa Sakura này có tên là "Ezoyama Zakura".
	⑩	(～ば)V(普通形)ほど plain form 简体 thế ngắn	桜は寒い地域に**行くほど**色が鮮やかになるそうですよ。
			I heard that the colder the area, the more vivid the colors of cherry blossoms become.
			据说樱花在去寒冷地区时颜色会变得更加鲜艳。
			Hoa Sakura càng lên xứ lạnh thì màu sắc càng tươi sáng.
	⑪	～んだって。	桜前線は毎年5月に釧路でゴールを迎える**んだって**。
			Apparently, the cherry blossom front reaches its finish line in Kushiro every May.
			据说每年五月，钏路是樱前线的终点。
			Hoa Sakura nở rộ vào tháng 5 mỗi năm ở Kushiro.
	⑫	V-なきゃ	早く飛行機やホテルの予約を**しなきゃ**。
			We must book our flight, hotel, etc. as soon as possible.
			必须尽快预订飞机和酒店了。
			Phải đặt vé máy bay và khách sạn nhanh thôi.
Unit 6	①	～ほど(だ)	その人気の高さは「アイドル声優」という言葉が生まれ**るほど**です。
			The popularity is so high that the term "idol voice actor" was created.
			它受欢迎的程度已经到了创造出"偶像声优"这个词的地步了。
			Nổi tiếng đến độ mà sinh ra cái từ "diễn viên lồng tiếng thần tượng".

②	V-がち	最近授業を**休みがち**ですね。 Lately, you tend to miss classes. 最近你经常没来上课呢。 Gần đây bạn hay nghỉ học nhí.
③	イA-いうちに	**若**いうちに、自分がやりたいことに**挑戦**するべきだ。 You should challenge what you wish to do while you are young. 在年轻的时候，应该挑战自己想做的事情。 Khi còn trẻ nên thử thách, làm những việc mà mình muốn làm.
④	Nというのは	**声優というのは**、声だけで演技をする俳優のことです。 A voice actor means an actor who performs using only his/her voice. "声优"指的是仅通过声音来表演的演员。 Diễn viên lồng tiếng có nghĩa là nghệ sĩ trình diễn chí bằng giọng nói của mình.
⑤	Nといえば、〜	有名な**声優といえば**、故・大山のぶ代さんです。 One of the famous voice actors is the late Nobuyo Oyama. 说到知名的声优，就数已故的大山久代女士了。 Khi nói đến diễn viên lồng tiếng thì người ta nhớ đến cố nghệ sĩ Oyama Nobuyo.
⑥	Nでさえ	病気のとき**でさえ**欠席したことがありません。 You never missed the class even when you was sick. 即使生病的时候也没有缺席过。 Ngay cả khi bị bệnh cũng chưa nghỉ một lần nào.
⑦	〜かな	このまま就職してしまっていいの**かな**と…。 I wonder if I should get a job without making any changes ... 这样直接就业了合适吗… Tôi nghĩ đi làm luôn như thế này thì có tiếc quá không...
⑧	V-るべきだ	自分が本当にやりたいことに**挑戦するべきだ**と思いました。 I thought I should challenge what I really want to do. 我认为应该挑战自己真正想做的事情。 Tôi nghĩ mình nên thử thách làm những gì mình muốn làm.
⑨	〜というわけ（だ）	声優が本当にやりたいこと**というわけ**? Do you mean that you really want to work as a voice actor? 声优真的想做的是这个吗? Có nghĩa là bạn muốn trở thành một diễn viên lồng tiếng à?
⑩	V-た以上に	勉強とレッスンの両立は、**思った以上に**大変でした。 Balancing studying and lessons was harder than I expected. 要两边兼顾学习和课程，比我想象的还要困难。 Vừa học vừa luyện tập quả là vất vả hơn mình nghĩ nhiều.

	①	～ものの	ステージはシンプルな**ものの**、噺家は扇子と手ぬぐいを上手に使って話します。 Although the stage is simple, a storyteller tells stories, skillfully using a Japanese fan and tenugui, which is a Japanese traditional hand towel. 虽然舞台简单，但说书人会巧妙地运用扇子和手帕来讲故事。 Dù sân khấu đơn giản nhưng nghệ sĩ kể chuyện đã khéo léo sử dụng quạt và khăn tay để kể câu chuyện của mình.
	②	V-(よ)うとする	伝統の世界に**入ろうとする**外国人は稀です。 Foreiners rarely try to enter into (Japanese) traditional world. 想要进入传统世界的外国人是很少见的。 Người nước ngoài muốn vào trong thế giới truyền thống thì thật là hiếm.
	③	V-たとたん	一度寄席に**行ったとたん**、落語の大ファンになりました。 As soon as I went to a vaudeville show, I became a big fan of rakugo. 去了一次寄席后，就立即成了落语的铁杆粉丝。 Một lần đi xem biểu diễn thì tôi đã trở thành một fan hâm mộ Rakugo.
	④	～わけではない	外国人は稀ですが、全くいない**わけではありません**。 Foreiners are rare, but it's not like there aren't any. 外国人虽然不多见，但也并不是完全不存在。 Người nước ngoài thì hiếm nhưng không phải là hoàn toàn không có.
	⑤	Nとして	今ではプロの噺家、桂三輝**として**活躍しています。 Now as a professional storyteller, he is actively playing as Katsura Sunshine. 现在桂三辉作为专业说书人活跃在舞台上。 Hiện Sanki Katsura đang hoạt động như một nghệ sĩ kể chuyện chuyên nghiệp.
	⑥	Nをはじめ	英語**をはじめ**、さまざまな言語で落語をします。 He performs rakugo in English and other various languages. 除了英语，他还用各种语言来讲落语。 Anh ấy diễn Rakugo bằng nhiều thứ tiếng trong đó có tiếng Anh.
	⑦	Nのおかげで	彼**のおかげで**、落語のおもしろさは世界に伝わっていくことでしょう。 Thanks to him, the fun of rakugo will be conveyed to the world. 多亏了他，落语的乐趣将会被传播到世界各地去吧。 Nhờ có anh ấy mà môn nghệ thuật Rakugo được truyền bá rộng rãi khắp thế giới.
	⑧	何＋助数詞＋か number word 助数词 Loại từ	落語はテレビで**何回か**見たことがあります。 I have watched rakugo a few times on TV. 我在电视上看过几次落语。 Tôi đã xem Rakugo trên tivi vài lần.

⑨	～ほど（だ）	先輩と毎週のように寄席に通っていた**ほどです**。 せんぱい　まいしゅう　　　　　　　　　よせ　　かよ I enjoyed rakugo so much that I even went to a vaudeville show every week with my senior friend. 我（喜欢落语）甚至到了和前辈每周都去的程度。 Tôi và sempai trong công ty dường như đi đến khán đài mỗi tuần.
⑩	～なんて	落語が好きだ**なんて**言ったら、珍しがられるかもしれません。 らくご　す　　　　　　い　　　　　めずら People may think it is uncommon if I say such a thing as I like rakugo. 如果说喜欢落语，可能会被认为是很少见的。 Nói là thích Rakugo thì dường như mọi người thấy làm lạ.
⑪	N**なんか**	夜の寄席**なんか**は、若いお客さんもけっこういるんですよ。 よる　よせ　　　　　　わか　きゃく For example, at a night vaudeville show, there are quite a few young customers. 即便是晚间的寄席也有不少的年轻观众呢。 Hội trường về đêm cũng có nhiều khán giả trẻ lắm đấy chứ.
⑫	～らしい	それがすごく上手い**らしい**んですよ。 う　ま I heard that he is very good at that. 听说他非常擅长呢。 Nghe nói rất là giỏi.
⑬	～もん。	落語は、テレビでしか見たことない**もん**。 らくご　　　　　　　　　み Because I have only watched rakugo on TV. 我只在电视上看过落语嘛。 Rakugo thì mình chỉ có thể xem trên tivi thôi.
⑭	～んだって。	それがすっごく上手な**んだって**。 じょうず I heard he is extremely good at that. 听说他非常擅长呢。 Nghe nói rất là giỏi.
Unit 8 ①	N**によると**	調査**によると**、高校生の約98%がスマートフォンを使用 ちょうさ　　　　こうこうせい　やく　　　　　　　　　　　　　　しよう していると言われています。 い According to the survey, 98% of the senior high school students are using smart phones. 据调查说，大约有98%的高中生在使用智能手机。 Theo điều tra thì có khoảng 98% học sinh cấp ba sử dụng điện thoại thông minh.
②	V（普通形）**はず（が） ない** ふつうけい plain form 简体 thể ngắn	何も**届くはずがない**のに、荷物が届くと言われました。 とど　　　　　　　　　にもつ　とど　い I was told that a package would be delivered, although nothing was supposed to arrive. 明明应该不会有任何东西会被送达，但被告知有包裹送到了。 Chắc chắn là không có cái gì đến mà lại báo có đồ gửi tới.
③	N**に違いない** ちが	それは詐欺**に違いありません**。 さ　ぎ　　ちが It must be a scam. 这显然是诈骗。 Cái đó chắc chắn là lừa đảo đấy.

④	Nをはじめとして	高校生は、本や服をはじめとして、音楽やゲームなども インターネットで購入しているようです。 Senior high school students seem to purchase things online such as books and clothes, as well as music and games. 高中生似乎会在网上购买书籍、服装以及音乐、游戏等。 Học sinh cấp ba thì thường mua không chỉ sách vở và quần áo, mà họ còn mua âm nhạc và game trên internet.
⑤	V-るようにしている	買う前は、いつも母に相談するようにしています。 Before purchasing anything, I always consult with my mother. 在购入前，我总是向妈妈征求意见。 Trước khi mua bao giờ em cũng bàn với mẹ.
⑥	～際（に／は）	買い物をする際に家族に相談する中高生は約40％です。 About 40% of the junior and senior high school students consult with their families when shopping. 大约有40%的初高中生会在购物时与家人商量。 Có 40% số học sinh cấp ba bàn với gia đình khi mua một món gì.
⑦	～とのことだ	高校でも、インターネットで注意する点の指導が行われているとのことです。 I heard that even senior high schools are providing guidance on what to be careful about when using the Internet. 据说在高中也有课程来指导使用网络时的注意点。 Ở trường phổ thông nghe nói cũng dạy cho học sinh biết những điều người ta thường chú ý trên internet.
⑧	Nを通して	チケットをSNSを通して買いました。 I bought the tickets through SNS. 我通过社交软件买了票。 Tôi đã mua vé qua dịch vụ SNS.
⑨	～んだって。	高校生もトラブルに巻き込まれることが多いんだって。 Apparently, senior high school students also often get into trouble. 据说高中生也常被卷入麻烦中。 Nghe nói có nhiều học sinh cấp ba gặp phải nhiều rắc rối.
⑩	～もの（＝もん）だから	それを聞いたもんだから、心配だったのよ。 Because I heard that, I was worried. 因为听到了那个消息，我很担心啊。 Nghe điều đó tự nhiên thấy lo lắng quá.
⑪	V-なきゃ	すぐ削除しなきゃ。 You must delete it right away. 必须立刻删除。 Phải xóa ngay.

Unit 9	①	Nにわたり	長年にわたり、平和の大切さを伝えています。 ながねん　　　　　　へいわ　たいせつ　　つた For many years, they have been conveying the importance of peace. 长期以来，我们一直在传达和平的重要性。 Đã loan truyền tầm quan trọng của hòa bình nhiều năm qua.
	②	V（普通形）はずだ ふつうけい plain form 简体 thể ngắn	全国に観光協会があるはずですよ。 ぜんこく　かんこうきょうかい There should be tourism associations all over the country. 全国各地应该都会有观光协会的。 Chắc chắn có hiệp hội du lịch khắp toàn quốc.
	③	Nとともに	平和記念公園の緑や鳩とともに、多くの人に平和の大切さを伝えています。 へいわきねんこうえん　みどり　はと　　　　おお　ひと　へいわ　たい　せつ　つた Along with the greenery and pigeons in the Hiroshima Peace Memorial Park, they are conveying the importance of peace to many people. （它们与）和平纪念公园中的绿色植物和鸽子一起，向许多人传达了和平的重要性。 Cùng với thiên nhiên và chim bồ câu ở công viên Hòa Bình, tôi đã truyền đạt giá trị hòa bình cho nhiều người.
	④	～らしい	大学の授業で日本三名橋に興味をもったらしいんです。 だいがく　じゅぎょう　にほんさんめいきょう　きょうみ Apparently he became interested in three famous bridges in Japan during the college class. 听说是在大学的课堂上，对日本的三座名桥产生了兴趣。 Nghe nói anh ấy bắt đầu quan tâm đến ba cây cầu nổi tiếng Nhật Bản thông qua giờ học đại học.
	⑤	せっかく～んだから	せっかく日本に来るんだから、他にもいい観光スポットないかなと思って探しています。 にほん　く　　　　ほか　　　　　　かんこう 　　　おも　さが Since he is coming all the way to Japan, I am looking for other good sightseeing spots as well. 难得来了日本，我在想要不要找其他好的观光景点。 Vì mất công đến Nhật rồi nên mình tự hỏi không biết có còn những điểm tham quan khác không nên đang tìm.
Unit 10	①	～がきっかけ	ハロウィンは子供用品の店のイベントがきっかけとなったそうです。 こどもようひん　みせ I heard that events held by children's goods stores served as a starting point of Halloween. 据说万圣节是从（一次）儿童用品店的活动开始流行起来的。 Lễ Halloween bắt nguồn từ những sự kiện của cửa hàng bán đồ dùng cho trẻ em tổ chức.
	②	N1にしろN2にしろ	クリスマスにしろ、お歳暮にしろ、これからお金がかかることばかりですね。 せいぼ　　　　　　かね Whether it is Christmas or year-end gifts, there are many occasions that cost money from now on. 无论是圣诞节还是年终谢礼，接下来都将是花钱的事情。 Dù là Noel hay quà Tết đi chăng nữa thì toàn là cái tốn tiền không thôi.

③	Nばかりか	**そればかりか、お年玉もありますしね。** <small>としだま</small> Not only that, we also need to give New Year's money to children. 不仅如此，还有压岁钱呢。 Không chỉ có thế mà còn phải tốn tiền lì xì nữa.
④	～ことから	**アメリカの女性が、亡くなった母親にカーネーションを送** <small>じょせい な ははおや おく</small> **ったことから、世界に広まったと言われています。** <small>せかい ひろ い</small> It is said that Mothers' Day spread around the world due to the fact that an American woman sent carnations to her mother who had passed away. 据说（母亲节）起源于一位美国女性向已故的母亲送去康乃馨后被传播到了世界各地。 Người ta nói bắt nguồn từ việc một phụ nữ người Mỹ đã gửi hoa Cẩm Chướng cho người mẹ đã mất của mình, từ đó lan rộng khắp toàn thế giới.
⑤	そういえば、	**そういえば、クリスマスも外国から来た行事ですよね。** <small>がいこく き ぎょうじ</small> By the way, Christmas is the event that came from abroad, isn't it? 说起来，圣诞节也是外国传来的节日呢。 Nói như vậy, Lễ Giáng Sinh cũng là một ngày lễ có nguồn gốc từ nước ngoài.
⑥	Nをはじめ	**デパートをはじめどのお店も、今から忙しい時期を迎えます。** <small>みせ いま いそが じき むか</small> All stores, including department stores, will enter a busy period from now on. 无论是百货商店还是其他所有店铺，都将迎来繁忙期。 Từ giờ trở đi, tất cả các hàng quán, trung tâm thương mại bắt đầu vào mùa cao điểm.
⑦	～わけだ	**どのお店も、今から忙しい時期を迎えるわけですね。** <small>みせ いま いそが じき むか</small> Any stores will face a busy period from now on, won't they? 也就是说所有的店铺都从现在开始进入了繁忙期对吧。 Hàng quán nào cũng bắt đầu bước vào mùa cao điểm.
Unit 11 ①	Nからみると	**動物が住む環境からみると、北海道とその他の地域では** <small>どうぶつ す かんきょう ほっかいどう ほか ちいき</small> **区分が違います。** <small>くぶん ちが</small> Looking at the environment in which animals live, Hokkaido and other regions are classified differently. 从动物居住的环境来看，北海道和其他地区有着不同的区划。 Nhìn từ khía cạnh môi trường sống động vật thì Hokkaido và các vùng khác có sự khác biệt.
②	～わりに	**面積が小さいわりにこのような多様性のある国は、多く** <small>めんせき ちい たようせい くに おお</small> **はないそうです。** Apprently there are not many countries where this kind of diversity exists, despite their small area. 尽管面积较小，但像这样拥有如此多样性的国家并不多见。 Người ta bảo những quốc gia có diện tích nhỏ nhưng lại có sự đa dạng như thế này thì không nhiều.

③	**イA-くてたまらない**	外は**暑くてたまらない**ですよ。
		It's unbearably hot outside.
		外面热得让人真受不了啊。
		Bên ngoài nóng không chịu nổi luôn đó.
④	**V-そうもない**	私は寒がりなんで、札幌には**住めそうもありません**。
		I'm sensitive to cold, so I don't think I'll be able to live in Sapporo.
		我是个怕冷的人，所以我不太能住在札幌。
		Mình thì chịu lạnh kém nên chắc không sống nổi ở Hokkaido.
⑤	**Nによって〈場合〉** situation 情况、状况 trường hợp, tình huống	地域**によって**気候や生息する動植物に違いがあります。
		There are differences in climate, animals and plants, etc., depending on the region.
		不同地区的气候和生物有所不同。
		Tùy vào vùng lãnh thổ khác nhau mà khí hậu cũng như động thực vật sinh sống ở đó cũng khác nhau.
⑥	**Nだけでなく**	それ**だけでなく**、キタキツネも北海道にしかいません。
		Not only that, the northern fox can be found only in Hokkaido.
		不仅如此，北海道也是虾夷赤狐的栖息地。
		Không chỉ như vậy, Cáo đỏ cũng chỉ có ở Hokkaido.
⑦	**～とはいえ**	温暖化で気候が変わってきている**とはいえ**、縦に長いおかげで、北では流氷が見られ、南ではサンゴ礁が見られます。
		Although the climate is changing due to global warming, because Japan is vertically long, drift ice can be seen in the north and coral reefs can be seen in the south.
		尽管气候正在受到全球变暖的影响，但由于日本地形南北狭长，北部可以看到流冰，南部可以看到珊瑚礁。
		Mặc dù trái đất nóng dần lên làm khí hậu thay đổi đi chăng nữa nhưng vì địa hình trải dài theo chiều dọc nên ở phía Bắc có thể nhìn thấy băng trôi, còn ở phía Nam có thể nhìn thấy các dãy san hô.
⑧	**～おかげで**	日本は縦に長い**おかげで**、北では流氷が見られ、南ではサンゴ礁が見られます。
		Because Japan is vertically long, drift ice can be seen in the north and coral reefs can be seen in the south.
		日本由于地形南北狭长，北部可以看到流冰，南部可以看到珊瑚礁。
		Nhờ Nhật Bản địa hình trải dài theo chiều dọc nên phía Bắc có thể thấy được băng trôi, còn ở phía Nam có thể nhìn thấy được các dãy san hô.
⑨	**V-るようにする**	水分を**取るようにしてる**んです。
		I am trying to keep hydrated.
		我正在努力补充水分。
		Tôi cố gắng bổ sung nước.

	⑩	Nというのは	「なぎ」というのは？
			What does "nagi" mean?
			"なぎ"是什么？
			"Nagi" có nghĩa là gì?
	⑪	～ということだ〈意味〉meaning意思Ý nghĩa	そのときは特に蒸し暑く感じられるということなんです。
			It means that you would feel particularly hot and humid at that time.
			那时候会感觉到特别闷热。
			Có nghĩa là khi đó chúng ta cảm thấy được rất nóng hầm.
	⑫	そういえば、	そういえば、札幌では寒くて凍えましたよ。
			By the way, it was cold and freezing in Sapporo.
			顺便说一句，札幌的天气实在是太冷了。
			Nói đến điều này thì ở Hokkaido mình lạnh cóng.
	⑬	～はず	涼しいはずの北海道でも、30度を超えるところもある。
			Although Hokkaido is supposed to be cool, there are places where the temperature exceeds 30 degrees.
			即便是在本应该凉爽的北海道，也有超过 30 度的地方。
			Ở Hokkaido lẽ ra phải mát mẻ nhưng cũng có chỗ nóng quá 30 độ.
Unit 12	①	謙譲語〈特別な形の動詞〉humble form(special form of verb)自谦语（特殊形式的动词）Khiêm nhường ngữ(khiêm nhường ngữ)	（私は）キム・スヨンと申します。
			(I am) Kim Sooyeon.
			我叫金秀妍。
			(Mình) tên là Kim Sooyeon.
	②	尊敬語〈特別な形の動詞〉respect form(special form of verb)尊敬语（特殊形式的动词）Kính ngữ(động từ thể đặc biệt)	（キムさんは）「勉強したほうがいい」とおっしゃいました。
			(Kim san) said, "They should study."
			您（这里指金秀妍）说了 "最好还是多学习一些。"
			(Kim) nói là "nên học thì tốt hơn.
	③	Nについて	「大学生のアルバイト事情」について、調査しました。
			We conducted a survey on "college students' part-time job situation."
			我调查了 "大学生的兼职情况"。
			Mình đã làm điều tra về "tình hình làm thêm của du học sinh".
	④	～のではないか	もう少し勉強したほうがいいのではないかと思いました。
			I thought college students should study a little more.
			我觉得还是应该多学习一点。
			Mình nghĩ rằng họ nên học thêm nữa thì hơn".

⑤	V-たところ	「どんなアルバイトをしているか」尋ねたところ、飲食業と答えた人が最も多かったです。
		When I asked, "what kind of part-time job you are doing," most of them answered that they work at restaurants.
		询问了"在做什么样的兼职"后，最多的回答是在餐饮行业。
		Khi hỏi họ rằng "họ làm những công việc gì" thì số người trả lời làm việc ở quán ăn uống là nhiều nhất.
⑥	V-る／Nのため（に）〈目的〉 purpose 目的 Mục đích	自由に使えるお金を得るためにアルバイトをします。
		I do a part-time job in order to earn money that I can spend freely.
		为了赚取自由支配的钱而做兼职。
		Làm thêm để có tiền xài thoải mái.
⑦	N1に対するN2	アルバイトに対する意識も、韓国と日本とでは違います。
		The awareness regarding part-time jobs is also different between Korea and Japan.
		对兼职的意识在韩国和日本是不同的。
		Ý thức về việc làm thêm ở Nhật và Hàn Quốc khác nhau.
⑧	S1一方で、S2	いいなと思う一方で、もう少し勉強したほうがいいのではないかと思いました。
		While I thought it was good, I also thought that they should study a little more.
		虽然我觉得挺好，但我还是觉得应该多学习一点。
		Một mặt nghĩ đó là điều tốt nhưng cũng nghĩ rằng họ nên học nhiều hơn một chút thì tốt hơn.
⑨	～ばかりではなく	勉強ばかりではなく、アルバイトも働くときに役立ちます。
		Not only studying but a part-time job would be helpful when you begin to work.
		兼职不仅有助于学习，也有助于日后参与工作。
		Không chỉ học tập mà làm thêm cũng tốt cho công việc sau này.
⑩	Nこそ	学生時代こそたくさん本を読むべきです。
		You should read a lot of books especially while you are a student.
		就应该在学生时代多读书。
		Khi còn là học sinh nên đọc sách nhiều.
⑪	V-ておく	教養を身につけておきます。
		I will cultivate myself.
		要提前培养自己的素养。
		Trang bị học thức cho mình.
⑫	V（普通形）べきではないだろうか plain form 简体 thể ngắn	教養を身につけておくべきではないでしょうか。
		Shouldn't the students cultivate themselves?
		不应该培养好素养吗?
		Chẳng phải nên trang bị học thức cho mình sao?

161

教師がシャドーイングを評価する場合、以下の「評価シート」が使用できます。
※教師用評価シート（評価項目、コメントの部分のみ）は Web サイトからダウ
　ンロードしてください。

■ 教師用評価シート

歴史を 調べてみると、水戸光圀が 初めて 食べたとか、
横浜の 外国人居留地で 始まったとか、いろいろな 説が あります。
どれも 初めは 中国人によって 日本に 紹介されたと していますが、
私たちが 知っている ラーメンとは ずいぶん 違う ものだったようです。
今の ラーメンに 最も 近いと 考えられる ものは、1910年頃、
東京の 浅草に できた「来々軒」という 店の「支那そば」だと 言われています。
これが 東京ラーメンの 始まりで、工業化と ともに、
速い、うまい、腹持ちする 料理として 労働者を 中心に 広まりました。
そして 働く 人々の 生活に 欠かせない ものに なっていきました。

●評価項目

			でき なかった	あまり できなかった	だいたい できた	よく できた	
正確さ	①	単語や助詞や活用が正確にできた	1	2	3	4	
	②	発音や韻律が正確にできた	1	2	3	4	
流暢さ	③	飛ばさずに、モデル音声のスピードについていくことができた	1	2	3	4	／12点

●先生からのコメント

次のような点に注目して採点してください。

■正確さ
①単語と文法
1) 単語
- □ 他の単語になっていないか。
  〈例〉×外国人<u>交流</u>地→○外国人<u>居留</u>地
- □ 途中で止まって無言になることはないか。
  〈例〉×<u>みと……</u>が初めて食べたとか→○<u>水戸光圀</u>が初めて食べたとか
- □ 聞こえる声の大きさではっきりと言っているか。
  〈例〉×日本に紹介<u>×△□×△□</u>ますが→○日本に紹介<u>されたとしていますが</u>

2) 文法（助詞、活用など）
- □ 助詞は正しいか。
  〈例〉×私たち<u>は</u>知っているラーメン→○私たち<u>が</u>知っているラーメン
- □ 活用は正しいか。
  〈例〉×ずいぶん<u>違い</u>ものだった→○ずいぶん<u>違う</u>ものだった

②音声（発音、韻律）
1) 発音：単音、清濁、長短、促音、拗音など
- □ 発音は正しいか。
  〈例〉×<u>だ</u>いらいけん→○<u>ら</u>いらいけん、×<u>ラメン</u>→○<u>ラーメン</u>

2) 韻律（プロソディー）：アクセント、イントネーション、リズム、ポーズ、プロミネンスなど
- □ アクセントは正しいか。
  〈例〉×よこは＼まの→○よこはま￣の
- □ イントネーションは正しいか。
  〈例〉×少なくないでしょう↗ ○少なくないでしょう↘
- □ モデル音声と同じ所でポーズを入れているか。
  〈例〉×工業化<u>と　ともに速い</u>　うまい　腹持ちする料理として
  ○工業化<u>とともに　速い</u>　うまい　腹持ちする料理として

■流暢さ
- □ モデル音声のようになめらかに言っているか。
- □ モデル音声のスピードに遅れずについていけているか。

　評価項目は、練習の目的に合わせて変更してください。たとえば、正しい発音にするためにプロソディ・シャドーイングに取り組んでいる場合には、発音、アクセント、イントネーション、リズムなどだけを評価項目として取り上げてもいいです。詳しい評価方法については、山内（2019）と古本（2019）をご参照ください。

● 参考文献

Studyplusトレンド研究所 (2023)「中学生は2割程度・高校生は5割弱がスマホ決済をよく使っていると回答、中高生の1割はポイ活やネットフリマで収益を得る傾向も～中高生約3,000名に、おこづかい・貯金・ネットショッピングなどに関する調査～」(https://www.trend-lab.studyplus.jp/post/20230829)

株式会社NTTドコモ (2020)「クラスチャットで悪口、SNS での他者批判や文句、フリマでお小遣い稼ぎ…親が知らない、中高生の『ネットトラブル』リスク」(https://prtimes.jp/a/?c=31650&r=8&f=d31650-8-pdf-0.pdf)

山内　豊 (2019)「シャドーイングの評価 (1)：手動評価」『日本語教師のためのシャドーイング指導』第 5 章 , くろしお出版 , 108-118.

古本裕美 (2019)「シャドーイングの評価 (2)：学習者へのフィードバック」『日本語教師のためのシャドーイング指導』第 6 章 , くろしお出版 , 122-136.

● 著者紹介

迫田久美子 (Kumiko Sakoda) [監修]
広島大学 森戸国際高等教育学院 特任教授, 国立国語研究所 名誉教授
　著書:『日本語学習者コーパス I-JAS 入門―研究・教育にどう使うか―』(2020, 共著, くろしお出版),『学習者コーパスと日本語教育研究』(2019, 共著, くろしお出版),『改訂版 日本語教育に生かす 第二言語習得研究』(2020, アルク),『シャドーイングもっと話せる日本語　初～中級編』(2023, 共著, くろしお出版) など。

古本裕美 (Yumi Furumoto) [編著]
長崎大学 留学生教育・支援センター 准教授
　著書:『日本語教師のためのシャドーイング指導』(2019)『シャドーイングもっと話せる日本語　初～中級編』(2023)(以上, 共著, くろしお出版)

近藤玲子 (Reiko Kondo) [著]
オークランド大学 人文学部 専任講師
　著書:『シャドーイングもっと話せる日本語　初～中級編』(2023, 共著, くろしお出版)

近藤妙子 (Taeko Kondo) [著]
広島女学院大学 人文学部 非常勤講師, HLA 学院校長
　著書:『シャドーイングもっと話せる日本語　初～中級編』(2023, 共著, くろしお出版)

リード真澄 (Masumi Reade) [著]
上智大学 言語教育研究センター 非常勤講師
　著書:『シャドーイングもっと話せる日本語　初～中級編』(2023, 共著, くろしお出版)

Shadowing・シャドーイング
もっと話せる日本語 中〜上級編
英語・中国語・ベトナム語訳付き

New・Shadowing : Let's master conversational Japanese!
Intermediate to Advanced Edition
English, Chinese, Vietnamese translations

2024年6月25日　初版

監修・編著 ●	迫田久美子 [監修]・古本裕美 [編著]
著者 ●	近藤玲子・近藤妙子・リード真澄
発行人 ●	岡野秀夫
発行所 ●	株式会社くろしお出版
	〒102-0084　東京都千代田区二番町4-3
	Tel 03-6261-2867　Fax 03-6261-2879
	URL www.9640.jp　Mail kurosio@9640.jp
印刷 ●	シナノ印刷
翻訳 ●	リード真澄 (英語)
	John Hofmann Reade (英語)
	林子慧 (中国語)
	Trần Công Danh (チャン・コン・ヤン) (ベトナム語)
本文・装丁デザイン ●	鈴木章宏
イラスト ●	村山宇希 (ぽるか)
編集 ●	市川麻里子
音声 ●	狩生健志 (録音) ● 神山慎太郎, 納葉

©Kumiko Sakoda, Yumi Furumoto, Reiko Kondo, Taeko Kondo, Masumi Reade, Printed in Japan
ISBN978-4-87424-980-2 C2081

音声について
おんせい
Audio Files/关于音频/**File âm thanh**

音声はこちらからダウンロードして、
練習してください。

Please download audio files and use them for practice.
请从此处下载音频进行练习。
Có thể tải file âm thanh dùng để luyện tập tại đây.

■音声ダウンロードページ

https://www.9640.jp/shadowing-motto2/

■パスワード・Password

hanasu80i

⚠ 無断でウェブにアップロードすることは違法です。
It is illegal to upload something to the Web without asking for permission.
未经许可上传至网络属违法行为。
Hành vi upload trên mạng mà không được sự đồng ý là phạm pháp.